KB197472

레전드
베트남어
필수단어

랭귀지북스

NEW 레전드 베트남어 필수단어

개정2판 1쇄 **발행** 2025년 1월 10일
개정2판 1쇄 **인쇄** 2025년 1월 2일

저자 김승민 · Nguyễn Thị Vân Anh
기획 김은경
편집 이지영 · Jellyfish
디자인 IndigoBlue
삽화 서정임
성우 Nguyễn Thị Vân Anh · 오은수
녹음 BRIDGE CODE

발행인 조경아
총괄 강신갑
발행처 랭귀지북스
등록번호 101-90-85278 **등록일자** 2008년 7월 10일
주소 서울시 마포구 포은로2나길 31 벨라비스타 208호
전화 02.406.0047 **팩스** 02.406.0042
이메일 languagebooks@hanmail.net
MP3 다운로드 blog.naver.com/languagebook

ISBN 979-11-5635-239-6 (13730)
값 20,000원

쉽고 재미있게 만나는 **베트남어 필수 단어**

Xin Chào! 씬 짜오!

베트남어 공부의 첫발을 내디딘 여러분, 반갑습니다.

혹시 베트남을 아주 먼 나라라고 생각하시나요? 베트남은 12만 명 이상의 우리 교민들이 거주하고 있으며, 많은 한국 기업들이 활발히 진출해 있는 전 세계에서 8번째로 많은 재외 동포 거주국이랍니다. 그리고 2018년 한 해 베트남 방문객 중 한국인이 340만 명을 넘어서는 등 베트남은 한국인들에게 점점 더 인기 관광지가 되고 있답니다. 이러한 추세에 힘입어 베트남어의 중요성은 점점 더 부각되고 있지요.

베트남과 우리나라는 각각 중국의 서쪽 끝과 동쪽 끝에 위치해 있어서 두 나라 모두 역사적으로 중국의 영향을 많이 받았고, 함께 동아시아 문화권에 속해 비슷한 문화를 갖고 있답니다. 언어 역시 비슷한 발음이 많아요. 예를 들면 사회(社會)는 xã hội 싸 호이, 결혼(結婚)은 kết hôn 껫 혼이라고 한답니다. 정말 비슷하지요.

자 이제 여러분들도 자신감을 갖고, 베트남어를 함께 시작해 봅시다! 베트남어 하면 성조가 6개이고, 발음이 어렵다고 많이 생각하는데요. 문법이나 어휘는 한국어보다 간단한 부분이 많답니다. MP3를 익숙해질 때까지 자주 반복해서 들으며 따라 하세요. 본인의 발음을 녹음해서 비교해 들어보는 방법을 특히 추천합니다!

항상 변함없는 애정과 격려를 아끼지 않으신 가족과 지인분들, 그리고 이 책이 출판될 수 있도록 힘써 주신 랭귀지북스에 감사의 마음을 전합니다.

마지막으로 이 책을 펼쳐 든 **〈레전드 베트남어 필수단어〉** 독자 여러분들께 큰 감사와 응원을 보내며, 여러분들의 베트남어로의 여정을 환영합니다!

Cố lên! 꼬 렌!

저자 **김승민** · Nguyễn Thị Vân Anh

베트남 현지에서 가장 많이 쓰는 필수 어휘를 엄선해 모았습니다. 일상생활에 꼭 필요한 어휘 학습을 통해 다양한 회화 구사를 위한 기본 바탕을 다져 보세요.

1. 베트남어 필수 어휘 약 2,500개!

왕초보부터 초·중급 수준의 베트남어 학습자를 위한 필수 어휘집으로, 수능 제2외국어 베트남어 필수 어휘를 기본으로 하여, 일상생활에서 꼭 필요한 대표 주제 24개를 선정하였고, 추가 주제 11개를 포함하여 2,500여 개의 어휘를 담았습니다.

24개 주제별 어휘 학습 후 '꼭 써먹는 실전 회화'에서는 짤막한 상황별 대화를 통해 실전 회화에서 어떻게 응용되는지 확인해 보세요. 6개 챕터의 마지막 부분에는 간단한 '연습 문제'가 있어 스스로 실력을 확인해 볼 수 있어요.

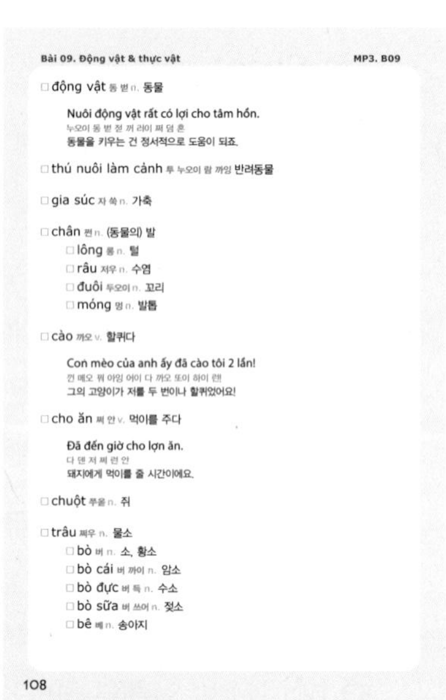

Bài 09. Động vật & thực vật **MP3. B09**

□ động vật 동 벋 n. 동물

Nuôi động vật rất có lợi cho tâm hồn.
누오이 동 벋 젇 꺼 러이 쩌 덤 혼
동물을 키우는 건 정서적으로 도움이 되죠.

□ thú nuôi làm cảnh 투 누오이 람 까잉 반려동물

□ gia súc 자 쑥 n. 가축

□ chân 쩐 n. (동물의) 발
- □ lông 롱 n. 털
- □ râu 저우 n. 수염
- □ đuôi 두오이 n. 꼬리
- □ móng 멍 n. 발톱

□ cào 까오 v. 할퀴다

Con mèo của anh ấy đã cào tôi 2 lần!
껀 메오 꾸어 아잉 어이 다 까오 또이 하이 런!
그의 고양이가 저를 두 번이나 할퀴었어요!

□ cho ăn 쩌 안 v. 먹이를 주다

Đã đến giờ cho lợn ăn.
다 덴 저 쩌 런 안
돼지에게 먹이를 줄 시간이에요.

□ chuột 쭈옫 n. 쥐

□ trâu 쩌우 n. 물소
- □ bò 버 n. 소, 황소
- □ bò cái 버 까이 n. 암소
- □ bò đực 버 득 n. 수소
- □ bò sữa 버 쓰어 n. 젖소
- □ bê 베 n. 송아지

108

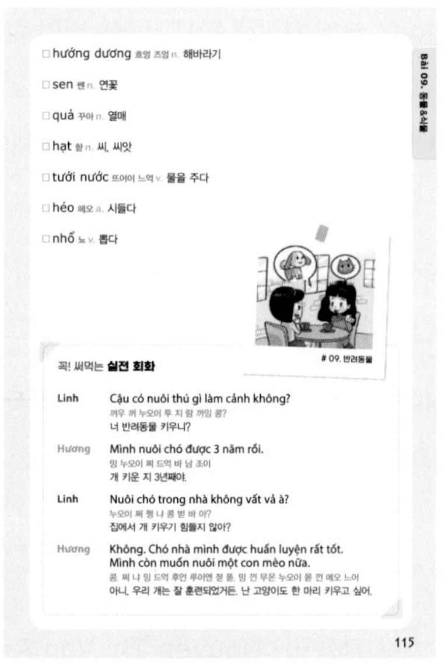

□ hướng dương 흐엉 즈엉 n. 해바라기

□ sen 쎈 n. 연꽃

□ quả 꾸아 n. 열매

□ hạt 핟 n. 씨, 씨앗

□ tưới nước 뜨어이 느억 v. 물을 주다

□ héo 헤오 a. 시들다

□ nhổ 뇨 v. 뽑다

Bài 09. 동물&식물

\# 09. 반려동물

꼭! 써먹는 **실전 회화**

Linh Cậu có nuôi thú gì làm cảnh không?
꺼우 꺼 누오이 투 지 람 까잉 콩?
너 반려동물 키우니?

Hương Mình nuôi chó được 3 năm rồi.
밍 누오이 쩌 드억 바 남 조이
개 키운 지 3년째야.

Linh Nuôi chó trong nhà không vất vả à?
누오이 쩌 쩡 냐 콩 벋 바 아?
집에서 개 키우기 힘들지 않아?

Hương Không. Chó nhà mình được huấn luyện rất tốt. Mình còn muốn nuôi một con mèo nữa.
콩. 쩌 냐 밍 드억 후언 루이엔 젇 뜯. 밍 껀 무온 누오이 몯 껀 메오 느어
아니, 우리 개는 잘 훈련되었거든. 난 고양이도 한 마리 키우고 싶어.

115

Chương 3. 자연

연습 문제

다음 단어를 읽고 맞는 뜻과 연결하세요.

1. buổi đêm	•	• 가을
2. buổi sáng	•	• 개
3. cây	•	• 겨울
4. chó	•	• 꽃
5. động vật	•	• 나무
6. hoa	•	• 동물
7. mùa đông	•	• 밤
8. mùa hè	•	• 봄
9. mùa thu	•	• 시간
10. mùa xuân	•	• 식물
11. thời gian	•	• 아침
12. thực vật	•	• 여름

1. buổi đêm – 밤 2. buổi sáng – 아침 3. cây – 나무 4. chó – 개
5. động vật – 동물 6. hoa – 꽃 7. mùa đông – 겨울 8. mùa hè – 여름
9. mùa thu – 가을 10. mùa xuân – 봄 11. thời gian – 시간 12. thực vật – 식물

116

2. 눈에 쏙 들어오는 그림으로 기본 어휘 다지기!

1,000여 컷 이상의 일러스트와 함께 기본 어휘를 쉽게 익힐 수 있습니다. 기본 어휘를 재미있고 생생한 그림과 함께 담아 기억이 오래갑니다.

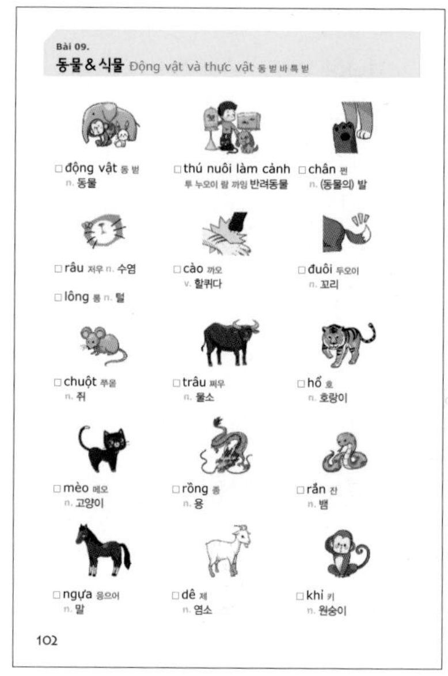

Bài 09.
동물 & 식물 Động vật và thực vật 동 벋 바 특 벋

□ động vật 동 벋
n. 동물

□ thú nuôi làm cảnh
투 누오이 람 까잉 반려동물

□ chân 쩐
n. (동물의) 발

□ râu 저우 n. 수염

□ lông 롱 n. 털

□ cào 까오
v. 할퀴다

□ đuôi 두오이
n. 꼬리

□ chuột 쭈옫
n. 쥐

□ trâu 쩌우
n. 물소

□ hổ 호
n. 호랑이

□ mèo 메오
n. 고양이

□ rồng 롱
n. 용

□ rắn 잔
n. 뱀

□ ngựa 응으어
n. 말

□ dê 제
n. 염소

□ khỉ 키
n. 원숭이

102

3. 바로 찾아 바로 말할 수 있는 한글 발음 표기!

기초가 부족한 초보 학습자가 베트남어를 읽을 수 있는 가장 쉬운 방법은 바로 한글 발음입니다. 베트남어 발음이 우리말과 일대일로 대응하진 않지만, 여러분의 학습에 편의를 드리고자 베트남에서 사용하는 표준 발음과 최대한 가깝게 한글로 표기하였습니다. 초보자도 자신감을 갖고 말할 수 있어요.

4. 말하기 집중 훈련 MP3!

이 책에는 베트남어 알파벳부터 기본 단어, 기타 추가 단어까지 베트남 원어민의 정확한 발음으로 녹음한 파일이 들어 있습니다.

베트남어만으로 구성된 '**베트남어**' **V 버전**과 베트남어와 한국어를 이어서 들을 수 있는 '**베트남어+한국어**' **K 버전**, 두 가지 버전의 파일을 제공합니다. 학습자 수준에 따라 원하는 구성의 파일을 선택하여, 자주 듣고 큰 소리로 따라 말하며 학습 효과를 높여 보세요.

MP3
blog.naver.com/languagebook

기초 다지기

Chương 1 인사

Chương 2 사람

Chương 3 자연

Chương 4 가정

Chương 5 장소

Chương 6 여행

Chương 7 기타

찾아보기

베트남어 문자
인칭대명사

베트남에 관하여

- **국가명** 베트남 사회주의 공화국 (Cộng hòa xã hội chủ nghĩa Việt Nam 꽁 호아 싸 호이 쭈 응이아 비엣 남)
- **위치** 동남아시아 인도차이나반도 중부에 위치, 중국·라오스·캄보디아와 접경
- **수도** 하노이(Hà Nội 하 노이)
- **인구** 약 1억 30만 명(2023년 기준)
- **정부 형태** 사회주의 공화제(공산당이 유일 정당)
- **면적** 33만 341㎢(한반도의 1.5배)
- **민족 구성** 비엣족(89%) 외 53개 소수 민족
- **1인당 GDP** 약 4,284달러(2023년 기준)
- **종교** 불교(14%), 가톨릭(7%), 개신교(1.2%) 등(2023년 기준)
- **시차** 한국보다 2시간 늦음(GMT+7)
- **언어** 베트남어(Tiếng Việt 띠엥 비엣)
- **화폐** 베트남 동(Đồng 동)

* 출처: 대한민국 외교부, 베트남 통계청

베트남어 문자 Bảng chữ cái tiếng Việt 방 쯔 까이 띠엥 비엗

MP3. B00_1

베트남어의 기본 알파벳은 29개이며, 12개의 모음과 17개의 자음으로 구성되어 있습니다. f, j, w, z가 없고, 이중·삼중 모음과 복자음이 있습니다. 또한 베트남어에는 6가지 성조가 있습니다. 알파벳이 같아도 성조가 다르면 뜻이 완전히 달라지기 때문에 각별히 주의해야 합니다.

(* 베트남 북부와 남부의 발음이 다른 문자도 있습니다. 이 책에서는 베트남의 북부에 위치한 수도 하노이의 표준어를 기준으로 표기하였습니다.)

1. 모음 12개

문자	이름	발음	예
A / a	a 아	ㅏ	cá 까 생선
Ă / ă	á 아	ㅏ	chăn 짠 이불
Â / â	ớ 어	ㅓ	chân 쩐 다리
E / e	e 애	ㅐ	em bé 앰 배 아이
Ê / ê	ê 에	ㅔ	đêm 뎀 밤
I / i	i ngắn 이 응안	ㅣ	im lặng 임 랑 조용하다

문자	이름	발음	예
O / o	o 어	* ㅓ	ong 엉 벌
Ô / ô	ô 오	ㅗ	ống 옹 파이프
Ơ / ơ	ơ 어	ㅓ	cơm 껌 밥
U / u	u 우	ㅜ	chu đáo 쭈 다오 자상하다
Ư / ư	ư 으	ㅡ	mứt 믇 잼
Y / y	y dài 이 자이	ㅣ	ký tên 끼 뗀 서명하다

* '오'와 '어'의 중간 발음입니다.

2. 자음 17개

문자	이름	발음	예
B / b	bê 베	ㅂ	bố 보 아버지, 아빠
C / c	xê 쎄	ㄲ	cam 깜 오렌지
① **D / d**	dê 제	ㅈ	dạy 자이 가르치다

① D/d 제는 북부 표준어에서는 'ㅈ'과 같이 발음하지만 남부에서는 반모음 'ㅣ'로 발음합니다.

자모	이름	음가	예
Đ / đ	đê 데	ㄷ	đông 동 붐비다
E / e			
Ê / ê			
G / g	gờ 거, giê 제	ㄱ	gà 가 닭
H / h	hát 핟	ㅎ	hạt 핟 씨앗
I / i			
K / k	ka 까	ㄲ	thước kẻ 트억 깨 자
L / l	e lờ 애 러	ㄹ	lông 롱 털
M / m	e mờ 애 머	ㅁ	mẹ 매 어머니, 엄마
N / n	e nờ 애 너	ㄴ	ném 냄 던지다
O / o			
Ô / ô			
Ơ / ơ			
② P / p	pê 뻬	ㅃ	pê đan 뻬 단 페달
③ Q / q	qui 꾸이	ㄲ	bánh quy 바잉 꾸이 쿠키
④ R / r	e rờ 애 러	ㅈ	rán 잔 튀기다
⑤ S / s	ét sì 앧 씨	ㅆ	sẹo 쌔오 흉터
T / t	tê 떼	ㄸ	tiết kiệm 띠엗 끼엠 저축하다
U / u			
Ư / ư			
V / v	vê 베	ㅂ	ví 브이 지갑
X / x	ích xì 익 씨	ㅆ	xay 싸이 갈다
Y / y			

② P/p 뻬는 주로 외래어를 표기할 때 쓰입니다.

③ Q/q 꾸이는 단독으로 사용하지 않고 항상 qu 꾸의 형태로만 사용합니다.

④ R/r 애 러는 북부 표준어에서는 'ㅈ'과 같이 발음하지만 남부에서는 혀를 구부려서 발음하는 'ㄹ'과 같이 발음됩니다.

⑤ S/s 앧 씨는 X/x 익 씨보다 혀를 강하게 마찰해서 발음하는 'ㅆ'이지만 일상생활에서는 x처럼 약하게 발음합니다.

3. 이중·삼중 모음

MP3. B00_2

ai 아이	tai 따이 귀
ao 아오	cao 까오 높다
au 아우	đau 다우 아프다
ay 아이	tay 따이 손; 팔
âu 어우	chim bồ câu 찜 보 꺼우 비둘기
ây 어이	cây 꺼이 나무
eo 애오	béo 배오 뚱뚱하다
êu 에우	trêu 쩨우 놀리다, 장난치다
ia 이어	chia 찌어 나누다
iê 이에	biển 비엔 바다
iêu 이에우	chiếu 찌에우 돗자리
oa 오아	hoa 호아 꽃
oai 오아이	ngoài 응오아이 밖
oao 어아오	ngoao ngoao 응어아오 응어아오 야옹 야옹
oay 오아이	xoay 쏘아이 돌리다
oă 오아	xoăn 쏘안 꼬불꼬불하다
oe 오애	xòe 쏘애 펼치다, 펴다
oeo 어애오	ngoẳn ngoèo 응오안 응어애오 (길이) 험하다

oi 어이	nói 너이 말하다
ôi 오이	cối 꼬이 절구
ơi 어이	chơi 쩌이 놀다
ua 우어	mùa 무어 계절
uâ 우어	mùa xuân 무어 쑤언 봄
ui 우이	cúi 꾸이 숙이다
uô 우오	chuột 쭈옫 쥐
uôi 우오이	muối 무오이 소금
uy 우이	suy nghĩ 쑤이 응이 생각
uyê 우이에	nguyên nhân 응우이엔 년 원인
① uyu 이우	khuỷu tay 키우 따이 팔꿈치
ưa 으어	mưa 므어 비
ưi 으이	ngửi 응으이 (냄새를) 맡다
ươi 으어이	người 응으어이 사람
② ươu 으어우	hươu 흐어우 사슴
ưu 으우	cừu 끄우 양
yê 이에	yên ngựa 이엔 응으어 안장
③ yêu 이에우	yêu 이에우 사랑하다

① 실제 uyu 우이우는 쉽게 발음하기 위해 '우이우'가 아닌 '이우'라고 합니다. 따라서 이 책에서는 '이우'로 표기하였습니다.

② 실제 ươu 으어우는 쉽게 발음하기 위해 '이에우'라고 하기도 합니다. 따라서 이 책에서는 '이에우'로 표기하였습니다.

③ yêu 이에우는 다른 자음과 결합할 수 없고 yêu 형태로만 존재합니다.

4. 복자음

MP3. B00_3

ch 쩌	ㅉ
	chai 짜이 병
① tr 쩌	ㅉ
	bên trái 벤 짜이 왼쪽
② gh 거	ㄱ
	ghế 게 의자
③ gi 지	ㅈ
	quốc gia 꾸옥 자 국가
kh 커	ㅋ
	khách 카익 손님

④ ng(ngh) 응어	응
	ngắn 응안 짧다
nh 녀	녀
	nhanh 냐잉 빠르다
ph 퍼	ㅍ
	phân biệt 펀 비엗 구별하다
th 터	ㅌ
	thần 턴 신(神)

① tr 쩌는 ch 쩌보다 혀를 더 구부려서 발음하는 'ㅉ'이지만 보통 쉽게 발음하기 위해 ch처럼 약하게 합니다.

② gh 거의 발음은 g 거와 같지만 gh는 i 이 응안, e 애, ê 에 모음과만 결합하고 나머지 모음은 g와 결합합니다.

③ gi 지는 북부 표준어에서는 'ㅈ'과 같이 발음하지만 남부에서는 반모음 'ㅣ'로 발음합니다.

④ ng 응어의 발음은 ngh 응어와 같지만 ngh는 i, e, ê 모음과만 결합할 수 있고 나머지 모음은 ng와 결합합니다.

5. 성조

MP3. B00_4

(성조 기호 없음) a	không dấu 콩 저우 평성으로 발음한다. 우리말보다 시작 소리가 약간 높다.	ma 마 마귀, 도깨비
´ á	dấu sắc 저우 싹 평성에서 음을 높이면서 발음한다.	má 마 어머니; 볼
` à	dấu huyền 저우 후이엔 평성보다 낮은 중간음에서 내리면서 발음한다.	mà 마 그런데, 그러나
̉ ả	dấu hỏi 저우 허이 음을 부드럽게 내렸다가 다시 높인다.	mả 마 무덤, 묘
~ ã	dấu ngã 저우 응아 음을 중간에 내렸다가 급격하게 높이면서 발음한다.	mã 마 말
. ạ	dấu nặng 저우 낭 중간음에서 짧게 떨어뜨리며 발음한다.	mạ 마 모(벼)

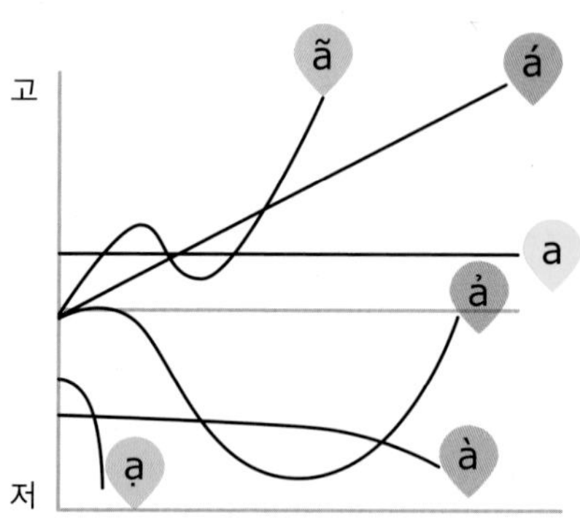

! 원어민의 정확한 발음으로 녹음한 MP3 파일을 자주 듣고 큰 소리로 따라 하며 내 것으로 만드세요.

인칭대명사

1. 인칭대명사 특징

① 베트남어의 인칭대명사는 성별, 연령, 사회적 지위 고하 및 친분 정도에 따라 다르게 사용해야 합니다. 지칭하는 대상이 누구인지 생각하고 맞춰 사용하세요.

② 3인칭 단수형의 경우, 2인칭 단수형 뒤에 ấy 어이를 붙여서 만듭니다.

③ 2·3인칭 복수형의 경우, 각 단수형 앞에 các 깍을 붙입니다.

인칭	단수			복수	
	뜻	인칭대명사	역할	뜻	인칭대명사
1인칭	저/나	tôi 또이	공식 석상에서 자신을 나타낼 때 또는 친구와 같이 나이가 비슷한 사람과 대화할 때	우리	chúng tôi 쭝 또이 (듣는 사람 제외)
		mình 밍	친구 사이		chúng ta 쭝 따 (듣는 사람 포함)
		tớ 떠			
2인칭	당신/너	ông 옹	할아버지, 남자의 존칭	당신들/너희들	các ông 깍 옹
		bà 바	할머니, 여자의 존칭		các bà 깍 바
		bác 박	본인 부모보다 나이가 많은 남자 또는 여자		các bác 깍 박
		chú 쭈	본인 부모보다 나이가 젊은 남자		các chú 깍 쭈
		cô 꼬	본인 부모보다 나이가 젊은 여자		các cô 깍 꼬
		anh 아잉	젊은 남성, 형, 오빠		các anh 깍 아잉
		chị 찌	젊은 여성, 누나, 언니		các chị 깍 찌
		thầy 터이	(남자) 선생님		các thầy 깍 터이
		cô 꼬	(여자) 선생님		các cô 깍 꼬
		cậu 꺼우, bạn 반	같은 나이, 친구 사이		các cậu 깍 꺼우, các bạn 깍 반
		em 앰	손아랫사람, 동생		các em 깍 앰
		cháu 짜우	어린이, 아이 (조카, 손자뻘 되는 사이)		các cháu 깍 짜우

인칭	단수			복수	
	뜻	인칭대명사	역할	뜻	인칭대명사
3인칭	그/ 그녀	ông ấy 옹 어이	그 할아버지, 그 남자의 존칭	그들/ 그녀들	các ông ấy 깍 옹 어이
		bà ấy 바 어이	그 할머니, 그 여자의 존칭		các bà ấy 깍 바 어이
		anh ấy 아잉 어이	그 남자, 그 형, 그 오빠		các anh ấy 깍 아잉 어이
		chị ấy 찌 어이	그 여자, 그 누나, 그 언니		các chị ấy 깍 찌 어이
		thầy ấy 터이 어이	그 남자 선생님		các thầy ấy 깍 터이 어이
		cô ấy 꼬 어이	그 여자 선생님, 그 여자		các cô ấy 깍 꼬 어이
		em ấy 앰 어이	그 젊은 사람, 그 동생		các em ấy 깍 앰 어이
		cháu ấy 짜우 어이	그 어린 사람, 그 조카, 그 손주		các cháu ấy 깍 짜우 어이

2. 회화를 통한 인칭대명사 활용의 예

일상 대화에서 자신을 지칭할 때 'tôi(저/나)'보다는 상대방과의 관계에 맞는 호칭을 사용하는 것이 중요합니다. 아래 예시를 참고해 보세요.

① 형제 정도의 나이 차이일 때

② 선생님과 학생일 때

hoc sinh 학생

선생님 안녕하세요.

Em chào cô ạ.

앰 짜오 꼬 아

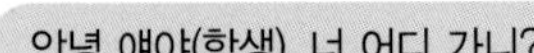

cô giáo 여자 선생님

안녕 얘야(학생). 너 어디 가니?

Chào **em**. **Em** đi đâu đấy?

짜오 앰. 앰 디 더우 더이?

③ 삼촌과 조카 정도의 나이 차이일 때

chú 삼촌, 아저씨

너는 어느 나라 사람이니?

Cháu là người nước nào?

짜우 라 응으어이 느억 나오?

cháu 아이

아저씨, 저는 한국 사람이에요.

Thưa **chú**, **cháu** là người Hàn Quốc ạ.

트어 쭈, 짜우 라 응으어이 한 꾸옥 아

④ 친구 사이일 때

Mai 마이

뭐 마실래?

Cậu muốn uống gì?

꺼우 무온 우옹 지?

Hoa 호아

나는 오렌지주스 마실래.

Tớ muốn uống nước cam.

떠 무온 우옹 느억 깜

Chương 1

Bài 01 소개

Bài 02 감사&사과

Bài 01.

소개 Giới thiệu 저이 티에우

□ **họ tên** 허 뗀

n. (성을 포함한) 이름, 성함

□ **tên** 뗀

n. (성을 제외한) 이름

□ **họ** 허

n. 성

□ **giới tính** 저이 띵

n. 성별

□ **con trai** 껀 짜이

n. 남자; 아들

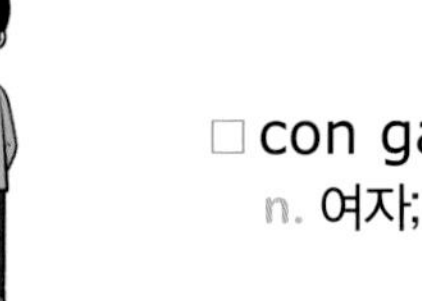

□ **anh** 아잉

n. 형, 오빠; ~씨(남성에 대한 호칭)

□ **ông** 옹

n. 할아버지; ~씨(남성에 대한 호칭)

□ **tuổi** 뚜오이

n. 나이

□ **biệt danh** 비엣 자잉

n. 별명

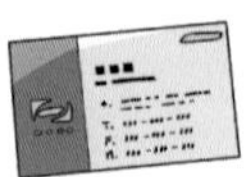

□ **danh thiếp** 자잉 티엡

n. 명함

□ **con gái** 껀 가이

n. 여자; 딸

□ **chị** 찌

n. 누나, 언니; ~씨(여성에 대한 호칭)

□ **bà** 바

n. 할머니; ~씨(여성에 대한 호칭)

□ **sinh nhật** 씽 녇

n. 생일

□ quốc tịch 꾸옥 띡
n. 국적

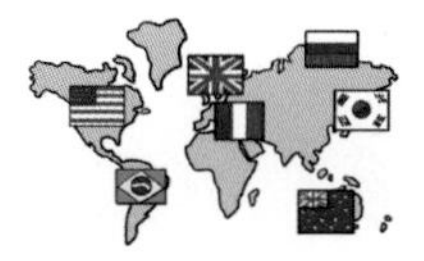

□ nước 느억
= đất nước 덛 느억
n. 나라

□ ngôn ngữ 응온 응으
n. 언어, 말

□ nghề nghiệp 응에 응이엡
n. 직업

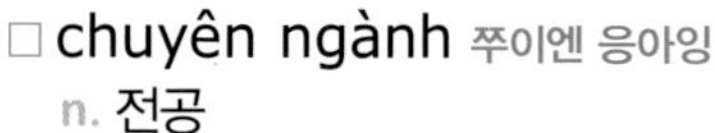

□ chuyên ngành 쭈이엔 응아잉
n. 전공

□ địa chỉ 디아 찌
n. 주소

□ số điện thoại 쏘 디엔 토아이
n. 전화번호

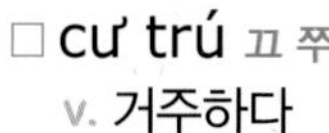

□ cư trú 끄 쭈
v. 거주하다

□ nơi cư trú 너이 끄 쭈
n. 사는 곳

□ tôn giáo 똔 자오
n. 종교

□ giới thiệu 저이 티에우
n. 소개 v. 소개하다

□ biết 비엗 v. 알다

□ có quen biết 꺼 꾸엔 비엗
친분이 있다

□ lời chào 러이 짜오 n. 인사

□ chào hỏi 짜오 허이 v. 인사하다

□ vui 부이 a. 기쁘다

□ vui mừng 부이 믕 a. 반갑다

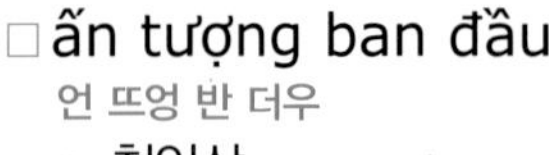

□ ấn tượng ban đầu
언 뜨엉 반 더우
n. 첫인상

□ hoan nghênh 호안 응엥
v. 환영하다

□ mời 머이
n. 초대 v. 초대하다

□ khách 카익 n. 손님

□ đến thăm 덴 탐 v. 방문하다

□ bạn 반
= bạn bè 반 베
n. 친구

□ các bạn 깍 반 n. 친구들

□ tình bạn 띵 반 n. 우정

□ Xin chào! 씬 짜오!
안녕하세요!

□ Anh có khỏe không? 아잉 꺼 코에 콩?
잘 지내세요?

□ Anh sống thế nào? 아잉 쏭 테 나오?
어떻게 지내세요?

□ quen thuộc 꾸엔 투옥
a. 익숙하다

□ lạ 라
a. 낯설다

□ Rất vui được gặp Anh.
젇 부이 드억 갑 아잉
반갑습니다.

□ Anh đi nhé. 아잉 디 녜
잘 가요.

□ Hẹn gặp lại. 헨 갑 라이
또 만나요.

□ **họ tên** 허 뗀 n. (성을 포함한) 이름, 성함

Họ tên anh là gì?
허 뗀 아잉 라 지?
성함이 어떻게 되세요?

□ **tên** 뗀 n. (성을 제외한) 이름

Tên tôi là Huy.
뗀 도이 라 후이
제 이름은 후이라고 해요.

□ **họ** 허 n. 성

□ **biệt danh** 비엗 자잉 n. 별명

□ **danh thiếp** 자잉 티엡 n. 명함

Anh có thể cho tôi một tấm danh thiếp được không?
아잉 꺼 테 쩌 또이 먿 떰 자잉 티엡 드억 콩?
명함 한 장 주시겠어요?

□ **giới tính** 저이 띵 n. 성별

□ **con trai** 껀 짜이 n. 남자; 아들

Anh ấy có vẻ là người con trai tốt.
아잉 어이 꺼 베 라 응으어이 껀 짜이 똗
그는 좋은 남자 같아요.

□ **con gái** 껀 가이 n. 여자; 딸

□ **anh** 아잉 n. 형, 오빠; ~씨(남성에 대한 호칭)

□ **chị** 찌 n. 누나, 언니; ~씨(여성에 대한 호칭)

□ **ông** 옹 n. 할아버지; ~씨(남성에 대한 호칭)

□ **bà** 바 n. 할머니; ~씨(여성에 대한 호칭)

□ tuổi 뚜오이 n. 나이

□ sinh nhật 씽 녇 n. 생일

□ ngày sinh 응아이 씽 n. 생년월일

□ quốc tịch 꾸옥 띡 n. 국적

□ hai quốc tịch 하이 꾸옥 띡 복수 국적
□ nhập quốc tịch 녑 꾸옥 띡 국적 취득
□ mất quốc tịch 먿 꾸옥 띡 국적 상실

Quốc tịch của anh là gì?
꾸옥 띡 꿔 아잉 라 지?
선생님의 국적이 어떻게 되나요?

□ kiều bào 끼에우 바오 n. 교포

□ nước 느억 n. 나라; 물
= đất nước 덛 느억 n. 나라

Anh là người nước nào?
아잉 라 응으어이 느억 나오?
당신은 어느 나라 사람인가요?

□ quốc gia 꾸옥 쟈 n. 국가

□ ngôn ngữ 응온 응으 n. 언어, 말

□ ngoại ngữ 응오아이 응으 n. 외국어

Anh có thể nói mấy ngoại ngữ?
아잉 꺼 테 너이 머이 응오아이 응으?
몇 개 국어를 할 수 있어요?

□ tiếng Việt 띠엥 비엗 n. 베트남어
□ tiếng Hàn Quốc 띠엥 한 꾸옥 n. 한국어
□ tiếng Anh 띠엥 아잉 n. 영어

□ chuyên ngành 쭈이엔 응아잉 n. 전공

Chuyên ngành của anh là gì?
쭈이엔 응아잉 꿔 아잉 라 지?
전공이 뭐예요?

□ chuyên môn 쭈이엔 몬 n. 전공 v. 전공하다

□ tôn giáo 똔 자오 n. 종교
- □ đạo phật 다오 펃 n. 불교
- □ đạo cơ đốc 다오 꺼 돕 n. 개신교, 기독교
- □ đạo thiên chúa 다오 티엔 쭈어 n. 가톨릭, 천주교
- □ đạo hồi 다오 호이 n. 이슬람교
- □ đạo cao đài 다오 까오 다이 n. 까오다이교(베트남에만 있는 종교)

tip. 까오다이교(đạo cao đài)는 베트남 남부에서 생겨난 종교로 부처, 예수, 하느님 등 다른 종교의 신들을 모두 인정하되 그 신들 위에 최고의 신인 까오다이가 존재한다고 여깁니다.

□ chùa 쭈어 n. 절

□ nhà thờ 냐 터 n. 교회, 성당

Chủ nhật nào mẹ tôi cũng đi nhà thờ.
쭈 녇 나오 메 또이 꿍 디 냐 터
우리 어머니는 일요일마다 교회에 가세요.

□ số điện thoại 쏘 디엔 토아이 n. 전화번호

□ nghề nghiệp 응에 응이엡 n. 직업

□ địa chỉ 디아 찌 n. 주소

□ sống 쏭 v. 살다

Tôi sống một mình.
또이 쏭 몯 밍
저는 혼자 살아요.

□ cư trú 끄 쭈 v. 거주하다

□ nơi cư trú 너이 끄 쭈 n. 사는 곳

□ giới thiệu 저이 티에우 n. 소개 v. 소개하다

□ biết 비엗 v. 알다

Anh có biết chị Loan không?
아잉 꺼 비엗 찌 로안 콩?
로안 씨를 아시나요?

□ có quen biết 꺼 꾸엔 비엗 친분이 있다

□ người quen 응으어이 꾸엔 n. 아는 사람

□ từ lâu 뜨 러우 ad. 오래전부터

□ lời hỏi thăm 러이 허이 탐 n. 안부

Cho tôi gửi lời hỏi thăm tới gia đình anh.
쩌 또이 그이 러이 허이 탐 떠이 자 딩 아잉
가족에게 안부를 전해 주세요.

□ lời chào 러이 짜오 n. 인사

□ chào hỏi 짜오 허이 v. 인사하다

Xin chào!
씬 짜오!
안녕하세요!

Rất vui được gặp anh.
젇 부이 드억 갑 아잉
만나서 반갑습니다.

Lần đầu tiên được gặp anh.
런 더우 띠엔 드억 갑 아잉
처음 뵙겠습니다.

Chúc anh một ngày tốt lành.
쭉 아잉 몯 응아이 똗 라잉
좋은 하루 되세요.

Chúc anh buổi tối vui vẻ.
쭉 아잉 부오이 또이 부이 베
좋은 저녁 되세요.

Chúc anh ngủ ngon.
쭉 아잉 응우 응언
잘 자요.

Tạm biệt!
땀 비엣!
안녕히 가세요!, 안녕히 계세요!

Anh có khỏe không?
아잉 꺼 코에 콩?
잘 지내세요?

Anh sống thế nào?
아잉 쏭 테 나오?
어떻게 지내세요?

Anh đi mạnh giỏi.
아잉 디 마잉 저이
안녕히 가세요.

Hẹn gặp lại anh.
헨 갑 라이 아잉
다음에 또 만나요.

tip. 베트남어 문법상 문장의 주어는 반드시 생략되지 않은 채 있어야 합니다.
특히, 나이가 많은 사람과 대화할 때 주어를 생략하고 말하면 무례하게 여길 수 있으니 상대방에게 적절한 호칭을 쓰는 것은 매우 중요합니다. 독자분들의 상황에 맞게 호칭을 넣어 활용하도록 예문에 밑줄을 표시하였습니다. 편의상 자기보다 나이가 많은 남자(anh 아잉)를 상대방으로 하여 예문을 구성하였습니다. 〈p.13~15 인칭대명사 참고〉

□ vui 부이 a. 기쁘다

□ vui mừng 부이 믕 a. 반갑다

□ hoan nghênh 호안 응엥 v. 환영하다

□ ấn tượng ban đầu 언 뜨엉 반 더우 첫인상

□ mời 머이 n. 초대 v. 초대하다

□ khách 카익 n. 손님

□ khách quí 카익 뀌 귀한 손님

Tôi đã mời khách về nhà.
또이 다 머이 카익 벤 냐
집에 손님을 초대했어요.

□ đến thăm 덴 탐 v. 방문하다

□ bạn 반 n. 친구

= bạn bè 반 베 n. 친구(격식을 갖춘 표현)

□ các bạn 깍 반 n. 친구들

□ tình bạn 띵 반 n. 우정

□ thân mật 턴 멋 a. 친밀하다

□ thân thiết 턴 티엘 a. 친근하다

□ quen thuộc 꾸엔 투옥 a. 익숙하다

Nơi này từ lâu đã quen thuộc với tôi.
너이 나이 뜨 러우 다 꾸엔 투옥 버이 또이
이곳은 오래전부터 익숙한 곳이에요.

□ lạ 라 a. 낯설다

01. 안부 인사

꼭! 써먹는 **실전 회화**

Linh Chào Cường. Anh có khỏe không?
짜오 끄엉. 아잉 꺼 코에 콩?
안녕, 끄엉. 잘 지냈니?

Cường Ừ, anh khỏe. Cuối tuần của em thế nào?
으, 아잉 코에. 꾸오이 뚜언 꿔 엠 테 나오?
응, 잘 지냈어. 넌 주말 어떻게 보냈니?

Linh Em cùng các bạn đến nhà của Huy.
엠 꿍 깍 반 덴 냐 꿔 후이
친구들과 후이네 집에 갔었어.

Cường Huy sống thế nào?
후이 쏭 테 나오?
후이는 어떻게 지내?

Linh Anh ấy khỏe.
아잉 어이 코에
갠 잘 지내.

Bài 02.

감사&사과 Cảm ơn và Xin lỗi 깜 언 바 씬 로이

□ cảm ơn 깜 언
v. 감사하다

□ lời cảm ơn 러이 깜 언
n. 감사

□ quan tâm 꾸안 떰
v. 배려하다, 관심을 갖다

□ giúp đỡ 줍 더
v. 돕다

□ sự giúp đỡ 쓰 줍 더
n. 도움

□ đợi 더이 v. 기다리다
= chờ đợi 쩌 더이

□ nợ 너
n. 신세

□ mắc nợ 막 너
a. 신세를 지다

□ thân thiện 턴 티엔
a. 친절하다

□ sự thân thiện 쓰 턴 티엔
n. 친절

□ chấp nhận 쩝 년
v. 받아들이다

□ suy nghĩ 쑤이 응이
v. 생각하다 n. 생각

□ cầu xin 꺼우 씬
v. 간청하다

□ yêu cầu 이에우 꺼우
v. 요구하다

□ khuyên 쿠이엔
v. 충고하다

□ lời khuyên 러이 쿠이엔
n. 충고

□ khen ngợi 켄 응어이
v. 칭찬하다

□ sự khen ngợi 쓰 켄 응어이
n. 칭찬

□ hiểu 히에우
v. 이해하다

□ quan trọng 꾸안 쩡
a. 중요한

□ trọng đại 쩡 다이
a. 중대한

□ động viên 동 비엔
v. 격려하다

□ sự động viên 쓰 동 비엔
n. 격려

□ làm vui lòng 람 부이 렁
v. 기분 좋게 하다

□ hướng dẫn 흐엉 전
v. 안내하다

□ tha thứ 타 트
= tha lỗi 타 로이
v. 용서하다

□ sự tha thứ 쓰 타 트
n. 용서

□ sai lầm 싸이 럼
n. 잘못

□ làm hỏng 람 헝
v. 망치다, 고장 내다

□ thất bại 텃 바이
v. 실패하다

□ phê phán 페 판
v. 비난하다

□ phê bình 페 빙
v. 비판하다

□ xin lỗi 씬 로이
v. 사과하다

□ lời xin lỗi 러이 씬 로이
n. 사과

□ sai sót 싸이 썻
n. 실수

□ làm sai 람 싸이
v. 실수하다

□ thành công 타잉 꽁
v. 성공하다

□ ý đồ 이 도
n. 의도

□ mắng 망
= la mắng 라 망
v. 꾸짖다

□ cản trở 깐 쩌
v. 방해하다

□ bất hạnh 벋 하잉
a. 불행하다

□ đáng tiếc 당 띠엑
a. 유감스럽다

□ thiệt hại 티엗 하이
n. 손해

□ khó 커
a. 어렵다

□ cân nhắc 껀 냑
v. 고민하다, 숙고하다

□ muộn 무온
a. 늦다

□ cơ hội 꺼 호이
n. 기회

□ vận mệnh 번 멩
= số phận 쏘 펀
n. 운명

□ ý tưởng 이 뜨엉
n. 아이디어

□ ý kiến 이 끼엔
n. 의견

□ cảm ơn 깜 언 v. 감사하다

Xin chân thành cảm ơn.
씬 쩐 타잉 깜 언
정말 감사합니다.

□ lời cảm ơn 러이 깜 언 n. 감사

□ nhiều 니에우 ad. 많이

□ rất 젇 ad. 매우

□ thật sự 텉 쓰 ad. 정말로

□ nợ 너 n. 신세

□ mắc nợ 막 너 a. 신세를 지다

Tôi đã mắc nợ anh ấy nhiều quá.
또이 다 막 너 아잉 어이 니에우 꾸아
제가 그에게 신세를 많이 졌어요.

□ đối với 도이 버이 prep. ~에 대해
= về 베

□ quan tâm 꾸안 떰 v. 배려하다, 관심을 갖다

□ chiếu cố 찌에우 꼬 v. 관심을 기울이다

□ châm trước 쩜 쯔억 눈감아 주다

□ rộng lượng 종 르엉 a. 너그럽다, 마음이 넓다

□ hào phóng 하오 펑 a. 호방하다

□ lòng hào hiệp 렁 하오 히엡 n. 관대함, 너그러움

□ thân thiện 턴 티엔 a. 친절하다

□ sự thân thiện 쓰 턴 티엔 n. 친절

Cảm ơn sự thân thiên và lòng hào hiệp của anh.
깜 언 쓰 턴 티엔 바 렁 하오 히엡 꿔 아잉
당신의 친절과 너그러움에 감사드립니다.

□ ân 언 n. 은혜
= ơn 언

□ nhờ có 녀 꺼 ad. ~의 덕분에

□ từ bi 뜨 비 a. 자비로운

□ có ý tốt 꺼 이 똗 a. 호의적인

Cảm ơn câu trả lời có ý tốt của anh.
깜 언 꺼우 짜 러이 꺼 이 똗 꿔 아잉
당신의 호의적인 답변에 감사드립니다.

□ lòng cảm thông 렁 깜 통 n. 이해심

□ giúp đỡ 줍 더 v. 돕다

□ sự giúp đỡ 쓰 줍 더 n. 도움

□ hỗ trợ 호 쩌 v. 지원하다

□ phối hợp 포이 헙 v. 협조하다

□ đợi 더이 v. 기다리다
= chờ đợi 쩌 더이

□ suy nghĩ 쑤이 응이 v. 생각하다 n. 생각

Cảm ơn anh đã suy nghĩ cho tôi.
깜 언 아잉 다 쑤이 응이 쩌 또이
신경 써 주셔서 감사합니다.

□ cầu xin 꺼우 씬 v. 간청하다

□ quan trọng 꾸안 쩡 a. 중요한

□ trọng đại 쩡 다이 a. 중대한

□ nghiêm trọng 응이엠 쩡 a. 심각한

□ khẩn thiết 컨 티엗 a. 간절하다

□ yêu cầu 이에우 꺼우 v. 요구하다

□ đề nghị 데 응이 v. 요청하다

□ động viên 동 비엔 v. 격려하다

Xin cảm ơn các quý vị đã gửi tin nhắn động viên.
씬 깜 언 깍 꾸이 브이 다 그이 띤 년 동 비엔
격려의 메시지를 보내주신 모든 분들께 감사드립니다.

□ sự động viên 쓰 동 비엔 n. 격려

□ khuyên 쿠이엔 v. 충고하다

□ lời khuyên 러이 쿠이엔 n. 충고

□ khen ngợi 켄 응어이 v. 칭찬하다

□ sự khen ngợi 쓰 켄 응어이 n. 칭찬

□ làm vui lòng 람 부이 렁 v. 기분 좋게 하다

□ hiểu 히에우 v. 이해하다

□ hướng dẫn 흐엉 전 v. 안내하다

□ cơ hội 꺼 호이 n. 기회

Xin hãy cho anh ấy một cơ hội nữa.
씬 하이 쩌 아잉 어이 몯 꺼 호이 느아
그에게 다시 한번 기회를 주세요.

□ vận mệnh 번 멩 n. 운명
= số phận 쏘 펀

□ tha thứ 타 트 v. 용서하다
= tha lỗi 타 로이

□ sự tha thứ 쓰 타 트 n. 용서

□ xin lỗi 씬 로이 v. 사과하다

Tôi xin lỗi.
또이 씬 로이
저야말로 사과드려요.

□ lời xin lỗi 러이 씬 로이 n. 사과

□ sai lầm 싸이 럼 n. 잘못

□ sai sót 싸이 썯 n. 실수

Đó là sai sót của tôi.
더 라 싸이 썯 꿔 또이
제 실수입니다.

□ làm sai 람 싸이 v. 실수하다

□ làm hỏng 람 헝 v. 망치다, 고장 내다

Tôi xin lỗi. Tôi đã làm hỏng tất cả.
또이 씬 로이. 또이 다 람 헝 떧 까
죄송해요. 제가 전부 망쳤네요.

□ thất bại 텃 바이 v. 실패하다

□ thành công 타잉 꽁 v. 성공하다

□ chấp nhận 쩝 년 v. 받아들이다

□ đáng tiếc 당 띠엑 a. 유감스럽다

□ phê phán 페 판 v. 비난하다

Xin đừng quá phê phán anh ấy.
씬 등 꾸아 페 판 아잉 어이
그를 너무 비난하지 마세요.

□ phê bình 페 빙 v. 비판하다

□ mắng 망 v. 꾸짖다
= la mắng 라 망

□ lên án 렌 안 v. 규탄하다

□ cố ý 꼬 이 ad. 고의로, 일부러

Tôi không cố ý.
또이 콩 꼬 이
고의는 아니었어요.

□ ý đồ 이 도 n. 의도

□ cản trở 깐 쩌 v. 방해하다

□ muộn 무온 a. 늦다

□ thiệt hại 티엣 하이 n. 손해

□ bất hạnh 벋 하잉 a. 불행하다

□ tốt hơn 똗 헌 a. 더 좋다

□ khó 커 a. 어렵다

□ ý tưởng 이 뜨엉 n. 아이디어

□ ý kiến 이 끼엔 n. 의견

□ quan điểm 꾸안 디엠 n. 견해

□ cân nhắc 껀 냑 v. 고민하다, 숙고하다

□ lặp lại 랍 라이 v. 반복하다

□ một lần nữa 몯 런 느아 다시 한번

Anh có thể nói lại một lần nữa được không?
아잉 꺼 테 너이 라이 몯 런 느아 드억 콩?
한 번 더 말씀해 주시겠어요?

□ quay lại 꾸아이 라이 v. 돌아오다

Tôi xin lỗi một chút.
Tôi sẽ quay lại ngay.
또이 씬 로이 몯 쭏. 또이 쎄 꾸아이 라이 응아이
잠시 실례하겠습니다. 곧 돌아올게요.

02. 감사 인사

꼭! 써먹는 **실전 회화**

Trung Cảm ơn anh đã dành thời gian.
깜 언 아잉 다 자잉 터이 잔
오늘 시간 내 주셔서 감사합니다.

Đức Không có gì.
콩 꺼 지
천만에요.

Trung Xin lỗi nhưng tôi có hẹn nên tôi xin phép đi trước.
씬 로이 니응 또이 꺼 헨 넨 또이 씬 펩 디 쯔억
실례지만 약속이 있어서 먼저 가 볼게요.

Đức Không sao. Chúc anh một ngày tốt lành.
콩 싸오. 쭉 아잉 몯 응아이 똗 라잉
괜찮습니다. 좋은 하루 되세요.

연습 문제

다음 단어를 읽고 맞는 뜻과 연결하세요.

1. anh •	• 나라
2. bạn •	• 나이
3. chị •	• 누나, 언니
4. địa chỉ •	• 소개, 소개하다
5. giới thiệu •	• 손님
6. họ tên •	• 언어, 말
7. khách •	• 이름
8. lời chào •	• 인사
9. nghề nghiệp •	• 주소
10. ngôn ngữ •	• 직업
11. nước •	• 친구
12. tuổi •	• 형, 오빠

1. anh – 형, 오빠 2. bạn – 친구 3. chị – 누나, 언니 4. địa chỉ – 주소
5. giới thiệu – 소개, 소개하다 6. họ tên – 이름 7. khách – 손님 8. lời chào – 인사
9. nghề nghiệp – 직업 10. ngôn ngữ – 언어, 말 11. nước – 나라 12. tuổi – 나이

Chương 2

Bài 03 신체

Bài 04 감정&성격

Bài 05 사랑

Bài 06 가족

Bài 03.

신체 Cơ thể 꺼 테

□ cơ thể 꺼 테
n. 신체

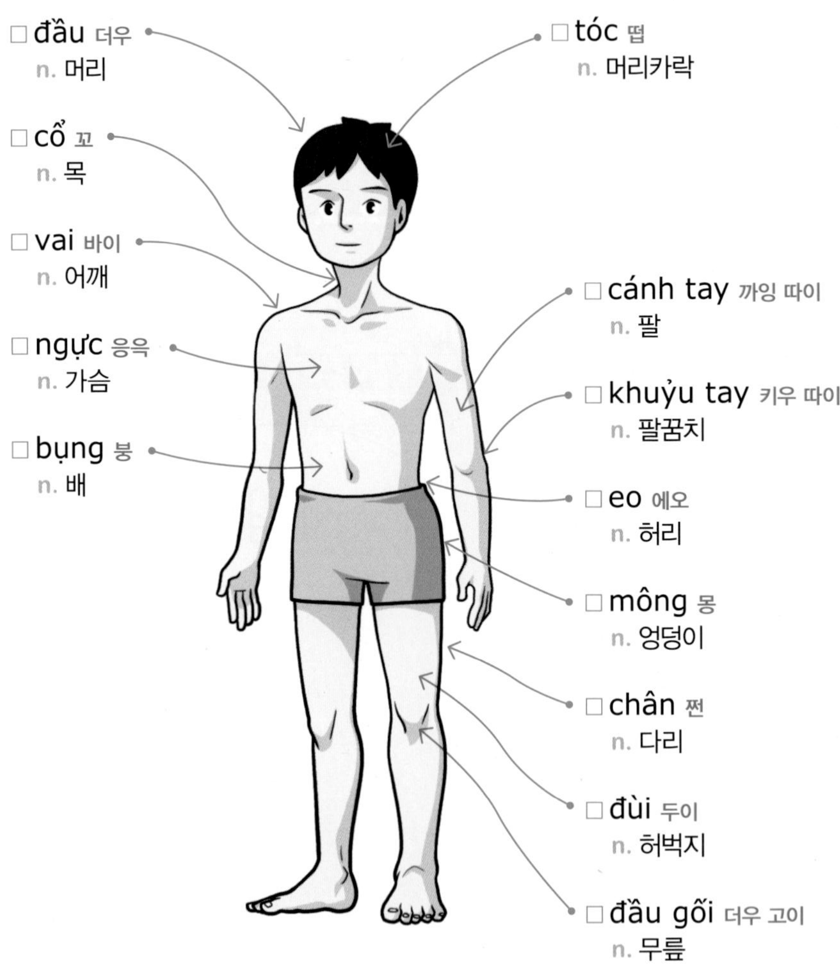

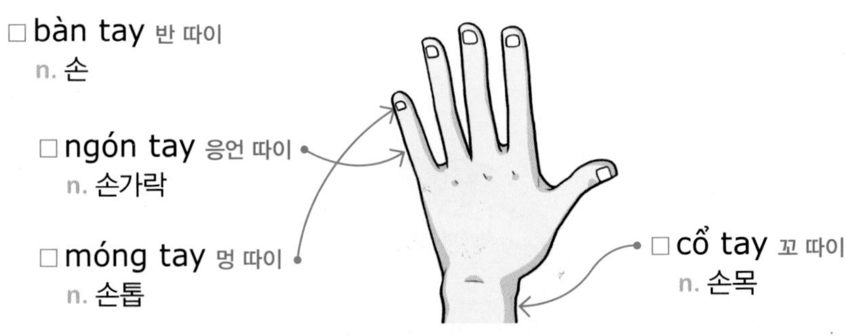

□ bàn tay 반 따이
n. 손

□ ngón tay 응언 따이
n. 손가락

□ móng tay 멍 따이
n. 손톱

□ cổ tay 꼬 따이
n. 손목

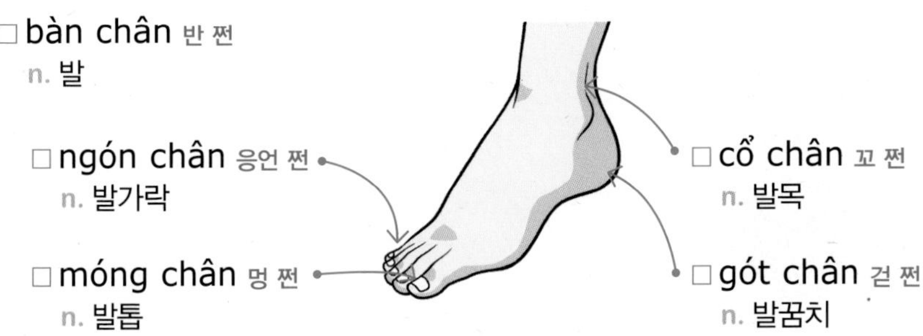

□ bàn chân 반 쩐
n. 발

□ ngón chân 응언 쩐
n. 발가락

□ móng chân 멍 쩐
n. 발톱

□ cổ chân 꼬 쩐
n. 발목

□ gót chân 걷 쩐
n. 발꿈치

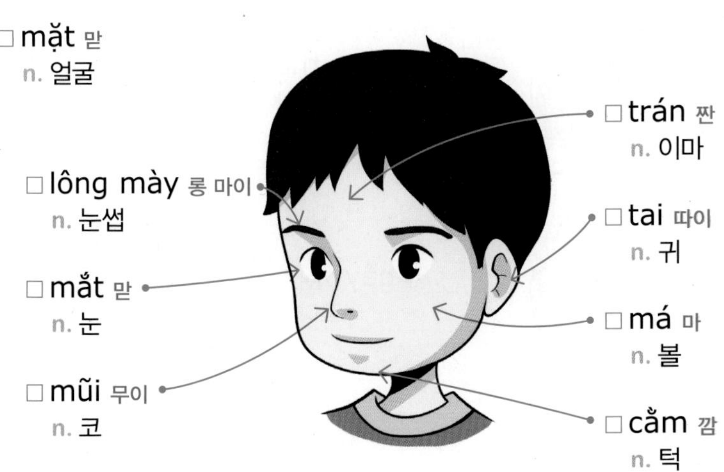

□ mặt 맏
n. 얼굴

□ lông mày 롱 마이
n. 눈썹

□ mắt 맏
n. 눈

□ mũi 무이
n. 코

□ trán 짠
n. 이마

□ tai 따이
n. 귀

□ má 마
n. 볼

□ cằm 깜
n. 턱

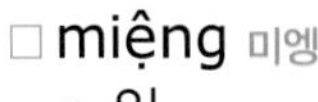

□ miệng 미엥
n. 입

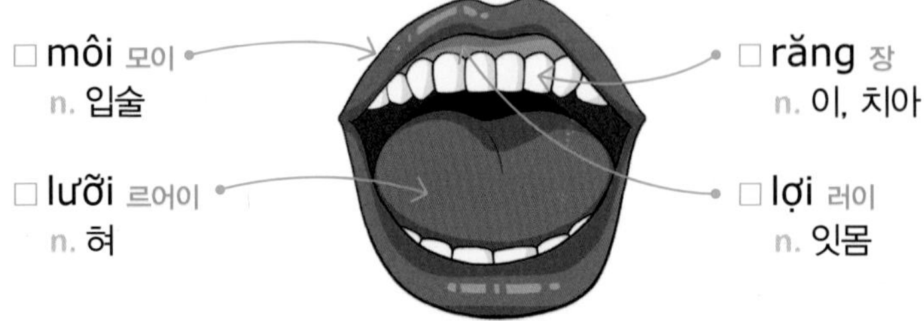

□ môi 모이
n. 입술

□ răng 장
n. 이, 치아

□ lưỡi 르어이
n. 혀

□ lợi 러이
n. 잇몸

□ cân nặng 껀 낭
n. 몸무게, 체중

□ béo 베오
a. 뚱뚱하다

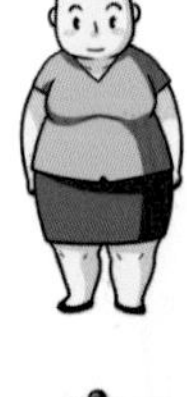

□ thon thả 턴 타
a. 날씬하다

□ béo phì 베오 피
n. 비만

□ gầy 거이
a. 마르다

□ da 자 n. 피부

□ nếp nhăn 넵 년
n. 주름

□ núm đồng tiền
눔 동 띠엔
n. 보조개

□ sắc mặt 싹 맏
n. 얼굴빛, 안색

□ ria mép 지아 멥
n. 콧수염

□ cạo râu 까오 저우
v. 면도하다

□ ngoại hình 응오아이 힝
n. 외모

□ đẹp 뎁
a. 잘생기다, 아름답다

□ dễ thương 제 트엉
a. 귀엽다

□ xấu 써우
a. 못생기다

□ duyên dáng 주이엔 장
a. 우아하다

□ đáng yêu 당 이에우
a. 사랑스럽다

□ chiều cao 찌에우 까오
n. 키

□ cao 까오
a. 키가 크다

□ thấp 텁
a. 키가 작다

□ cơ thể 꺼 테 n. 신체

□ đầu 더우 n. 머리

□ cổ 꼬 n. 목

□ vai 바이 n. 어깨

□ ngực 응윽 n. 가슴

□ bụng 붕 n. 배
- □ bụng thon 붕 턴 납작한 배
- □ bụng phệ 붕 페 볼록 튀어나온 배

□ eo 에오 n. 허리

□ hông 홍 n. 골반

□ mông 몽 n. 엉덩이

□ cánh tay 까잉 따이 n. 팔

□ khuỷu tay 키우 따이 n. 팔꿈치

□ bàn tay 반 따이 n. 손

Hãy rửa tay trước khi ăn cơm.
하이 즈아 따이 쯔억 키 안 껌
밥 먹기 전에 손을 씻으렴.

□ cổ tay 꼬 따이 n. 손목

□ ngón tay 응언 따이 n. 손가락

□ móng tay 멍 따이 n. 손톱

□ chân 쩐 n. 다리

Chân của em gái tôi dài và thon.
쩐 꿔 엠 가이 또이 자이 바 턴
제 여동생의 다리는 길고 가늘어요.

□ đùi 두이 n. 허벅지

□ đầu gối 더우 고이 n. 무릎

□ bàn chân 반 쩐 n. 발

Tôi là người có bàn chân phẳng.
떠이 라 응으어이 꺼 반 쩐 팡
저는 평발이에요.

□ cổ chân 꼬 쩐 n. 발목

□ ngón chân 응언 쩐 n. 발가락

□ móng chân 멍 쩐 n. 발톱

□ gót chân 걷 쩐 n. 발꿈치

□ mặt 맏 n. 얼굴
- □ mặt trái xoan 맏 짜이 쏘안 계란형 얼굴
- □ mặt vuông 맏 부옹 사각턱 얼굴
- □ mặt vuông chữ điền 맏 부옹 쯔 디엔 田(전)자 사각턱 얼굴

tip. 베트남에서는 田(밭 전)자 사각턱 얼굴(mặt vuông chữ điền)형이 착한 인상을 준다고 여깁니다.

- □ mặt tròn 맏 쩐 동그란 얼굴
- □ mặt dài 맏 자이 긴 얼굴
- □ mặt nhọn 맏 년 역삼각형 얼굴
- □ mặt nhọn mũi cày 맏 년 무이 까이 쟁기코 얼굴 (심한 역삼각형 얼굴을 비유)

□ trán 짠 n. 이마

□ tai 따이 n. 귀

□ má 마 n. 볼

□ cằm 깜 n. 턱

□ lông mày 롱 마이 n. 눈썹

　□ lông mày lá liễu 롱 마이 라 리에우 버드나뭇잎 눈썹

　□ lông mi 롱 미 n. 속눈썹

□ mắt 맏 n. 눈

□ mắt 2 mí 맏 하이 미 n. 쌍꺼풀

□ con ngươi 껀 응으어이 n. 눈동자

□ mũi 무이 n. 코

　□ mũi cao 무이 까오 오똑한 코

　□ mũi dọc dừa 무이 접 즈아 코코넛잎 코(길고 곧은 코)

tip. 베트남에서는 계란형 얼굴(mặt trái xoan), 코코넛잎 코(mũi dọc dừa), 버드나뭇잎 눈썹(lông mày lá liễu)을 예쁜 얼굴로 여깁니다.

□ miệng 미엥 n. 입

□ môi 모이 n. 입술

□ lưỡi 르어이 n. 혀

□ răng 장 n. 이, 치아

□ lợi 러이 n. 잇몸

□ cân nặng 껀 낭 n. 몸무게, 체중

Tôi đã bắt đầu chạy bộ để giảm cân.
또이 다 받 더우 짜이 보 데 잠 껀
저는 체중을 줄이기 위해 달리기를 시작했어요.

□ béo 베오 a. 뚱뚱하다

□ béo phì 베오 피 n. 비만

□ thon thả 턴 타 a. 날씬하다

□ gầy 거이 a. 마르다

Anh ấy gầy so với chiều cao của mình.
아잉 어이 거이 써 버이 찌에우 까오 꿔 밍
그는 자기 키에 비해 말랐어요.

□ người thuận tay phải 응으어이 투언 따이 파이 오른손잡이

□ người thuận tay trái 응으어이 투언 따이 짜이 왼손잡이

□ da 자 n. 피부

□ da nhờn 자 년 지성 피부

□ da khô 자 코 건성 피부

□ da mẫn cảm 자 먼 깜 민감성 피부

Da tôi mẫn cảm.
자 또이 먼 깜
제 피부는 민감해요.

□ sắc mặt 싹 맏 n. 얼굴빛, 안색

Sắc mặt trông trắng bệch.
싹 맏 쫑 짱 벡
안색이 좀 창백해 보여요.

□ nếp nhăn 넵 냔 n. 주름

□ núm đồng tiền 눔 동 띠엔 n. 보조개

□ má lúm đồng tiền 마 룸 동 띠엔 n. 보조개가 있는 볼

□ mụn 문 n. 여드름

□ lỗ chân lông 로 쩐 롱 n. 모공

□ tóc 떱 n. 머리카락

□ tóc xoăn 떱 쏘안 곱슬머리

□ tóc uốn 떱 우온 웨이브머리

□ tóc ép để dài 떱 엡 데 자이 생머리

□ tóc ngang vai 떱 응앙 바이 단발머리

□ tóc dài 떱 자이 긴 머리

□ tóc ngắn 떱 응안 짧은 머리

□ da đầu 자 더우 n. 두피

□ gàu 가우 n. 비듬

□ râu 저우 n. 수염

□ ria mép 지아 멥 n. 콧수염

□ râu quai nón 저우 꾸아이 넌 n. 턱수염

□ cạo râu 까오 저우 v. 면도하다

□ ngoại hình 응오아이 힝 n. 외모

□ đẹp 뎁 a. 잘생기다, 아름답다

□ đẹp trai 뎁 짜이 a. (남자에게) 잘생기다

□ đẹp gái 뎁 가이 a. (보통 나이 많은 여자에게) 잘생기다

□ đẹp lão 뎁 라오 a. (할아버지, 할머니에게) 잘생기다

□ xinh gái 씽 가이 a. (보통 젊은 여자에게) 잘생기다

□ xinh xắn 씽 싼 a. (여자 아이 또는 젊은 여자에게) 잘생기다, 귀엽다

□ duyên dáng 주이엔 장 a. 우아하다

□ dễ thương 제 트엉 a. 귀엽다

Em bé nhà anh dễ thương quá.
엠 베 냐 아잉 제 트엉 꾸아
형의 아기가 너무 귀여워요.

□ đáng yêu 당 이에우 a. 사랑스럽다

□ xấu 써우 a. 못생기다

□ chiều cao 찌에우 까오 n. 키

□ cao 까오 a. 키가 크다

□ thấp 텁 a. 키가 작다

□ đo 더 v. 측정하다

□ vóc dáng 벅 장 n. 체격

□ tăng cân 땅 껀 v. 살찌다

Tôi uống nước cũng bị tăng cân.
또이 우옹 느억 꿍 비 땅 껀
저는 물만 먹어도 살쪄요.

□ sút cân 쑷 껀 v. 살이 빠지다

03. 외모

꼭! 써먹는 **실전 회화**

Việt Hương trông rất giống mẹ.
흐엉 쫑 젇 종 메
흐엉은 어머니를 많이 닮았어.

Linh Ừ. Cô ấy da trắng và tóc đen giống mẹ.
으. 꼬 어이 자 짱 바 떱 덴 종 메
그래, 그 앤 자기 어머니처럼 얼굴은 하얗고 검은 머리잖아.

Việt Nhưng mà mấy hôm trước cô ấy vừa nhuộm tóc màu vàng rồi.
니응 마 머이 홈 쯔억 꼬 어이 브아 뉴옴 떱 마우 방 조이
하지만 며칠 전에 머리를 금발로 염색했더라고.

Linh Thật à? Mình không gặp cô ấy kể từ tháng trước.
텉 아? 밍 콩 갑 꼬 어이 께 뜨 탕 쯔억
정말? 난 그 애를 지난 달 이후로 보지 못했어.

Bài 04.

감정 & 성격 Tâm trạng và Tính cách 떰 짱 바 띵 까익

□ vui 부이

a. 기쁘다

□ niềm vui 니엠 부이

n. 기쁨

□ hạnh phúc 하잉 푹

a. 행복하다

□ niềm hạnh phúc 니엠 하잉 푹

n. 행복

□ hài lòng 하이 렁 a. 만족하다

□ đủ 두

= đầy đủ 더이 두

a. 충분하다

□ vui mừng 부이 믕

a. 환희하다

□ thú vị 투 브이

a. 재미있다

□ hứng thú 흥 투

a. 흥미롭다

□ an tâm 안 떰

a. 안심하다

□ tâm trạng tốt 떰 짱 똗

기분이 좋다

□ buồn 부온 a. 슬프다

□ nỗi buồn 노이 부온 n. 슬픔

□ buồn phiền 부온 피엔 v. 괴로워하다

□ đau khổ 다우 코 a. 고통스럽다

□ nỗi đau 노이 다우 n. 고통

□ thất vọng 텃 벙
a. 실망하다

□ nổi giận 노이 전
v. 화나다

□ đau lòng 다우 렁
마음이 아프다

□ nổi cáu 노이 까우
v. 신경질이 나다

□ bất an 벋 안
a. 불안하다

□ bồn chồn 본 쫀
a. 초조하다

□ kinh khủng 낑 쿵
= khủng khiếp 쿵 키엡
a. 끔찍하다

□ sự đau khổ 쓰 다우 코
a. 비애

□ tốt bụng 똗 붕
a. 착한, 마음이 따뜻한

□ thân thiện 턴 티엔
a. 친절한

□ chính trực 찡 쯕
a. 정직한

□ cần cù 껀 꾸
a. 근면한

□ hoạt bát 호앋 받
a. 활발한

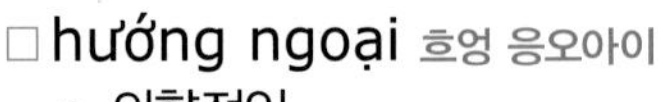

□ hướng ngoại 흐엉 응오아이
a. 외향적인

□ hòa đồng 호아 동 a. 사교적인

□ niềm nở 니엠 너
= dễ tiếp xúc 제 띠엡 쑥
a. 붙임성 있는

□ tự nguyện 뜨 응우이엔
a. 자발적인

□ tích cực 띡 끅
a. 적극적인, 긍정적인

□ thận trọng 턴 쩡
a. 신중한

□ hiền lành 히엔 라잉
a. 얌전한

□ hư hỏng 흐 헝
a. 못된

□ ích kỷ 익 끼
a. 이기적인

□ lười biếng 르어이 비엥
a. 게으른

□ lười nhác 르어이 냑
a. 나태한

□ ít nói 읻 너이
a. 과묵한

□ cục cằn 꾹 깐
a. 무뚝뚝한

□ tham lam 탐 람
a. 탐욕스러운

□ kiêu căng 끼에우 깡
a. 거만한

□ ngượng ngùng 응으엉 응웅
a. 수줍은

□ xấu hổ 써우 호 v. 부끄러워하다

□ hướng nội 흐엉 노이 a. 내성적인

□ bi quan 비 꾸안
a. 비관적인

□ tiêu cực 띠에우 끅
a. 부정적인, 소극적인

□ thô lỗ 토 로
a. 거친, 무례한

□ vui 부이 a. 기쁘다

□ ngày vui 응아이 부이 기쁜 날

□ tin vui 띤 부이 기쁜 소식

□ chuyện vui 쮜엔 부이 기쁜 일

Tôi rất vui vì đã thi đỗ.
또이 전 부이 브이 다 티 도
시험에 합격해서 기뻐.

□ niềm vui 니엠 부이 n. 기쁨

□ vui mừng 부이 믕 a. 환희하다

□ hạnh phúc 하잉 푹 a. 행복하다

Anh hạnh phúc vì có em bên cạnh.
아잉 하잉 푹 브이 꺼 엠 벤 까잉
너와 함께여서 행복해.

□ niềm hạnh phúc 니엠 하잉 푹 n. 행복

□ hài lòng 하이 렁 a. 만족하다

Tôi hài lòng với công việc của mình.
또이 하이 렁 버이 꽁 비엑 꿔 밍
저는 제 일에 만족해요.

□ đủ 두 a. 충분하다

= đầy đủ 더이 두

100 ngàn đồng là đủ để chữa trị cho một đứa trẻ.
몯 짬 응안 동 라 두 데 쯔아 찌 쩌 몯 드아 쩨
한 아이를 치료하는 데 10만 동이면 충분해요.

□ thú vị 투 브이 a. 재미있다

□ hứng thú 흥 투 a. 흥미롭다

□ an tâm 안 떰 v. 안심하다

□ buồn 부온 a. 슬프다

Tôi đã rất buồn khi phải rời xa các bạn.
또이 다 젇 부온 키 파이 저이 싸 깍 반
친구들을 떠나는 게 슬펐어요.

□ nỗi buồn 노이 부온 n. 슬픔

□ sự đau khổ 쓰 다우 코 n. 비애

□ đau khổ 다우 코 a. 고통스럽다

Tôi đã rất đau khổ vì người đó.
또이 다 젇 다우 코 브이 응으어이 더
그 사람 때문에 너무 고통스러워요.

□ nỗi đau 노이 다우 n. 고통

□ buồn phiền 부온 피엔 v. 괴로워하다

□ đau lòng 다우 렁 마음이 아프다

Tôi rất đau lòng khi nhận được cáo phó của anh Minh.
또이 젇 다우 렁 키 년 드억 까오 퍼 꿔 아잉 밍
밍 씨의 부고를 접하게 되어 마음이 아픕니다.

□ làm cho trấn tĩnh 람 쩌 쩐 띵 진정시키다

□ thất vọng 텯 벙 v. 실망하다

□ tuyệt vọng 뚜이엗 벙 v. 절망하다

□ bất hạnh 벋 하잉 a. 불행하다

□ có lỗi 꺼 로이 a. 미안하다

□ nổi giận 노이 전 v. 화나다

□ nổi cáu 노이 까우 v. 신경질이 나다

□ bất an 벋 안 a. 불안하다

□ lo 러 a. 걱정스럽다
= lo lắng 러 랑

Tôi lo cho cậu.
또이 러 쩌 꺼우
난 네가 걱정이야.

□ bồn chồn 본 쫀 a. 초조하다

□ kinh khủng 낑 쿵 a. 끔찍하다
= khủng khiếp 쿵 키엡

□ khó chịu 커 찌우 a. 불편하다

□ không thích 콩 틱 ad. 싫어하다

Hương không thích tôi mà chẳng hề có lý do gì.
흐엉 콩 틱 또이 마 짱 헤 꺼 리 저 지
흐엉은 이유없이 저를 싫어해요.

□ ghét 겓 v. 미워하다

□ căm thù 깜 투 v. 증오하다

□ sợ hãi 써 하이 v. 두려워하다, 겁나다

Tôi rất sợ hãi khi hát trước mọi người.
또이 젇 써 하이 키 핟 쯔억 머이 응으어이
사람들 앞에서 노래하는 것이 매우 두려워요.

□ buồn chán 부온 짠 a. 낙담하다

□ quá chán nản 꾸아 짠 난 의기소침하다
= mất hết ý chí 먿 헫 이 찌

□ tốt 똗 a. 좋은

□ tốt bụng 똣 붕 a. 착한, 마음이 따뜻한

□ tâm trạng tốt 떰 짱 똣 기분이 좋다

□ thân thiện 턴 티엔 a. 친절한

Tính Phong cục cằn nhưng thật sự rất thân thiện.
띵 퐁 꾹 깐 니응 텉 쓰 젇 턴 티엔
퐁은 성격이 무뚝뚝하지만 정말 친절해요.

□ chính trực 찡 쯕 a. 정직한

□ cần cù 껀 꾸 a. 근면한

□ hoạt bát 호앋 받 a. 활발한

□ hòa đồng 호아 동 a. 사교적인

Giá mà anh ấy hòa đồng hơn một chút thì tốt biết mấy.
자 마 아잉 어이 호아 동 헌 몯 쭏 티 똣 비엗 머이
전 그가 좀 더 사교적이었으면 좋겠어요.

□ niềm nở 니엠 너 a. 붙임성 있는
= dễ tiếp xúc 제 띠엡 쑥

□ hướng ngoại 흐엉 응오아이 a. 외향적인

□ tự nguyện 뜨 응우이엔 a. 자발적인

□ tích cực 띡 끅 a. 적극적인, 긍정적인

Tập thể dục đều đặn sẽ ảnh hưởng tích cực đến sức khỏe của bạn.
떱 테 죽 데우 던 쎄 아잉 흐엉 띡 끅 덴 쓱 코에 꿔 반
꾸준한 운동은 당신의 건강에 긍정적인 영향을 줄 거예요.

□ lạc quan 락 꾸안 a. 낙천적인

□ thận trọng 턴 쩡 a. 신중한

□ sáng suốt 쌍 쑤옫 a. 현명한

□ hiền lành 히엔 라잉 a. 얌전한

□ hư hỏng 흐 헝 a. 못된

□ ích kỷ 익 끼 a. 이기적인

Người ích kỷ rút cuộc sẽ mất hết bạn bè.
응으어이 익 끼 줃 꾸옥 쎄 먿 헫 반 베
이기적인 사람은 결국 친구를 잃어요.

□ kiêu căng 끼에우 깡 a. 거만한

□ lười biếng 르어이 비엥 a. 게으른

□ lười nhác 르어이 냑 a. 나태한

□ hẹp hòi 헵 허이 a. 소심한

□ ngượng ngùng 응으엉 응웅 a. 수줍은

□ xấu hổ 써우 호 v. 부끄러워하다

Bạn đừng xấu hổ khi nói ngoại ngữ.
반 등 써우 호 키 너이 응오아이 응으
외국어를 말하는 걸 부끄러워하지 마세요.

□ hướng nội 흐엉 노이 a. 내성적인

Tôi là người hướng nội và không nổi bật.
또이 라 응으어이 흐엉 노이 바 콩 노이 벋
저는 내성적이고 눈에 띄지 않아요.

□ không nổi bật 콩 노이 벋 눈에 띄지 않다

□ ít nói 읻 너이 a. 과묵한

□ cục cằn 꾹 깐 a. 무뚝뚝한

Bố tôi là người cục cằn nhưng rất tốt bụng.
보 또이 라 응으어이 꾹 깐 니응 전 똣 붕
우리 아버지는 무뚝뚝하지만 마음은 따뜻해요.

□ bi quan 비 꾸안 a. 비관적인

Tôi không muốn nói chuyện với người lúc nào cũng bi quan.
또이 콩 무언 너이 쭈이엔 버이 응으어이 룩 나오 꿍 비 꾸안
매사에 비관적인 사람과는 이야기하고 싶지 않아요.

□ tiêu cực 띠에우 끅 a. 부정적인, 소극적인

□ tham lam 탐 람 a. 탐욕스러운

□ thô lỗ 토 로 a. 거친, 무례한

04. 교통 체증

꼭! 써먹는 **실전 회화**

Linh Em chán Hà Nội rồi.
엠 짠 하 노이 조이
난 하노이가 지겨워.

Việt Sao thế? Hôm qua em còn bảo Hà Nội là thành phố đẹp còn gì.
싸오 테? 홈 꾸아 엠 껀 바오 하 노이 라 타잉 퍼 뎁 껀 지
왜? 어제는 하노이가 멋진 도시라고 했잖아.

Linh Đúng thế. Nhưng sáng nay em đã đến cơ quan muộn vì tắc đường.
둥 테. 니응 쌍 나이 엠 다 덴 꺼 꾸안 무온 브이 딱 드엉
그래. 하지만 오늘 아침 교통 체증 때문에 직장에 늦게 도착했거든.

Việt Anh hiểu. Em đừng bực bội làm gì.
아잉 히에우. 엠 등 븍 보이 람 지
이해해. 짜증 내지 마.

사랑 Tình yêu 띵 이에우

□ gặp 갑
v. 만나다

□ cuộc gặp gỡ 꾸옥 갑 거
n. 만남

□ giới thiệu 저이 티에우
n. 소개

□ buổi xem mặt 부오이 쎔 맏
n. 맞선

□ bạn trai 반 짜이
n. (연인 관계) 남자 친구

□ bạn gái 반 가이
n. (연인 관계) 여자 친구

□ hình mẫu lý tưởng
힝 머우 리 뜨엉
이상형

□ hẹn hò 헨 허
v. 데이트하다

□ buổi hẹn hò 부오이 헨 허
n. 데이트

□ yêu 이에우 v. 사랑하다, 연애하다

□ tình yêu 띵 이에우 n. 사랑

□ thích 틱 v. 마음에 들다, 좋아하다

□ phải lòng 파이 렁 v. 사랑에 빠지다

□ bị cuốn hút 비 꾸온 훗 v. 반하다

□ yêu từ cái nhìn đầu tiên 이에우 뜨 까이 닌 더우 띠엔
첫눈에 반하다

□ hôn 혼 v. 키스하다

□ nụ hôn 누 혼 n. 입맞춤, 키스

□ ôm 옴
= ôm chặt 옴 짣
v. 껴안다, 포옹하다

□ yêu say đắm 이에우 싸이 담
v. 열렬히 사랑하다

□ có tình ý 꺼 띵 이
v. (사랑하는) 마음이 있다

□ bên nhau 벤 냐우
ad. 함께

□ nhớ 녀
v. 그리워하다

□ ghen 겐
a. 질투하다

□ cơn ghen 껀 겐
n. 질투

□ nói dối 너이 조이
v. 거짓말하다

□ lừa dối 르아 조이
v. 속이다

□ xa dần 싸 전
v. 멀어지다

□ rời xa 저이 싸
v. 떠나다

□ quan hệ 꾸안 헤
= mối quan hệ 모이 꾸안 헤
n. 관계

□ bất đồng 번 동
n. 갈등

□ chia ly 찌아 리
v. 이별하다

□ chia tay 찌아 따이
v. 헤어지다, 결별하다

□ quên 꾸엔
v. 잊다

□ cưới 끄어이
= kết hôn 껟 혼
v. 결혼하다

□ đám cưới 담 끄어이
n. 결혼식

□ cầu hôn 꺼우 혼
v. 청혼하다

□ thiếp mời 티엡 머이
n. 청첩장

□ váy cưới 바이 끄어이
= áo cưới 아오 끄어이
n. 웨딩드레스

□ nhẫn cưới 년 끄어이
n. 결혼반지

□ vợ chồng 버 쫑
n. 부부

□ bạn đời 반 더이
n. 배우자

□ chồng 쫑 n. 남편

□ vợ 버 n. 아내

□ bố mẹ vợ 보 메 버
n. 장인·장모

□ bố mẹ chồng 보 메 쫑
n. 시부모

□ gặp 갑 v. 만나다
 □ cuộc gặp gỡ 꾸옥 갑 거 n. 만남
 □ cuộc gặp gỡ nghiêm túc 꾸옥 갑 거 응이엠 뚝 진지한 만남
 □ cuộc gặp gỡ chơi bời 꾸옥 갑 거 쩌이 버이 가벼운 만남

Tôi đã gặp được cô gái mình thích.
또이 다 갑 드억 꼬 가이 밍 틱
제 맘에 드는 여자애를 만났어요.

□ giới thiệu 저이 티에우 n. 소개

□ buổi xem mặt 부오이 쌤 맏 n. 맞선

□ hẹn hò 헨 허 v. 데이트하다

□ buổi hẹn hò 부오이 헨 허 n. 데이트

□ đi chơi 디 쩌이 v. 데이트하다, 놀러 가다

Tôi muốn đi chơi với anh ấy.
또이 무온 디 쩌이 버이 아잉 어이
그와 데이트하고 싶어요.

□ kết bạn 껟 반 v. 교제하다, 사귀다

□ yêu 이에우 v. 사랑하다, 연애하다

Việc hai người yêu nhau giống như một kỳ tích.
비엑 하이 응으어이 이에우 냐우 종 니으 몯 끼 띡
서로가 사랑한다는 건 기적같은 일이야.

□ tình yêu 띵 이에우 n. 사랑

□ hình mẫu lý tưởng 힝 머우 리 뜨엉 이상형

Em là hình mẫu lý tưởng của anh.
엠 라 힝 머우 리 뜨엉 꾸어 아잉
너는 내 이상형이야.

□ người yêu 응으어이 이에우 n. 애인, 연인

□ bạn 반 n. 친구

□ bạn trai 반 짜이 n. (연인 관계) 남자 친구

Người bạn từ thuở ấu thơ nay đã trở thành bạn trai của tôi.
응으어이 반 뜨 투어 어우 터 나이 다 쩌 타잉 반 짜이 꿔 또이
어릴 적 친구가 지금은 제 남자 친구가 되었어요.

□ bạn gái 반 가이 n. (연인 관계) 여자 친구

□ quyến rũ 꾸이엔 주 a. 매력적인

□ sự quyến rũ 쓰 꾸이엔 주 n. 매력

Anh đã bị hấp dẫn bởi sự quyến rũ của em.
아잉 다 비 헙 전 버이 쓰 꾸이엔 주 꿔 엠
난 네 매력에 푹 빠졌어.

□ cám dỗ 깜 조 v. 유혹하다

□ thích 틱 v. 마음에 들다, 좋아하다

□ ấn tượng tốt 언 뜨엉 똣 좋은 인상

Tôi thích ấn tượng tốt của anh ấy.
또이 틱 언 뜨엉 똣 꿔 아잉 어이
그의 좋은 인상이 마음에 들었어요.

□ quan tâm 꾸안 떰 v. 관심 있다 n. 관심

□ có tình ý 꺼 띵 이 v. (사랑하는) 마음이 있다

□ yêu say đắm 이에우 싸이 담 v. 열렬히 사랑하다

□ ôm 옴 v. 껴안다, 포옹하다
= ôm chặt 옴 짣

□ hôn 혼 v. 키스하다

□ nụ hôn 누 혼 n. 입맞춤, 키스

Anh ấy đã hôn lên má tôi.
아잉 어이 다 혼 렌 마 또이
그가 제 뺨에 키스했어요.

□ phải lòng 파이 렁 v. 사랑에 빠지다

Hình như tôi đã phải lòng người ấy rồi.
힝 니으 또이 다 파이 렁 응으어이 어이 조이
난 그에게 사랑에 빠진 것 같아요.

□ bị cuốn hút 비 꾸온 훗 v. 반하다

□ yêu từ cái nhìn đầu tiên 이에우 뜨 까이 닌 더우 띠엔 첫눈에 반하다

Liệu có thể có tình yêu từ cái nhìn đầu tiên?
리에우 꺼 테 꺼 띵 이에우 뜨 까이 닌 더우 띠엔?
첫눈에 반하는 사랑이라는 게 가능한가요?

□ cảm thấy yêu 깜 터이 이에우 애정을 느끼다

□ nhớ 녀 v. 그리워하다

Anh ấy vẫn nhớ người yêu cũ.
아잉 어이 번 녀 응으어이 이에우 꾸
그는 아직도 옛 애인을 그리워해요.

□ bên nhau 벤 냐우 ad. 함께

Anh mong rằng cho dù có chuyện gì xảy ra thì chúng ta vẫn mãi bên nhau.
아잉 멍 장 쩌 주 꺼 쭈이엔 지 싸이 자 티 쭝 따 번 마이 벤 냐우
어떤 문제가 있어도 우리는 함께이길 바랍니다.

□ ghen 겐 a. 질투하다

□ cơn ghen 껀 겐 n. 질투

□ quan hệ 꾸안 헤 n. 관계

= mối quan hệ 모이 꾸안 헤

□ yêu xa 이에우 싸 장거리 연애하다

□ không thay đổi 콩 타이 도이 a. 변함없는

Liệu có thể duy trì mối quan hệ với một người suốt cả đời mà không thay đổi không?
리에우 꺼 테 주이 찌 모이 꾸안 헤 버이 몯 응으어이 쑤옫 까 더이 마 콩 타이 도이 콩?
평생 한 사람과 변함없는 관계를 유지하는 것이 가능할까요?

□ bất đồng 벋 동 n. 갈등

□ nói dối 너이 조이 v. 거짓말하다

□ lừa dối 르아 조이 v. 속이다

□ phản bội 판 보이 v. 배신하다

Anh ấy đã phản bội tôi.
아잉 어이 다 판 보이 또이
그는 저를 배신했어요.

□ xa dần 싸 전 v. 멀어지다

□ chia ly 찌아 리 v. 이별하다

Cô ây không chấp nhận được việc chia ly.
꼬 어이 콩 쩝 년 드억 비엑 찌아 리
그녀는 이별을 받아들이지 않았어요.

□ chia tay 찌아 따이 v. 헤어지다, 결별하다

Chúng tôi đã từng yêu nhau nhưng chia tay rồi.
쭝 또이 다 뜽 이에우 냐우 니응 찌아 따이 조이
우리는 사랑했지만 헤어졌어요.

□ rời xa 저이 싸 v. 떠나다

□ quên 꾸엔 v. 잊다

□ người độc thân 응으어이 돕 턴 n. 독신자

□ cầu hôn 꺼우 혼 v. 청혼하다

□ cưới 끄어이 v. 결혼하다

= kết hôn 껟 혼

□ kết hôn qua mai mối 껟 혼 꾸아 마이 모이 중매 결혼하다

□ kết hôn giả 껟 혼 자 위장 결혼하다

□ kết hôn quốc tế 껟 혼 꾸옥 떼 국제 결혼하다

Cưới anh nhé?
끄어이 아잉 냬?
나와 결혼해 줄래?

Anh đã bắt đầu chuẩn bị cho đám cưới từ bao giờ?
아잉 다 받 더우 쭈언 비 쩌 담 끄어이 뜨 바오 저?
결혼 얼마 전부터 준비를 시작하셨나요?

□ đám cưới 담 끄어이 n. 결혼식

□ thiếp mời 티엡 머이 n. 청첩장

□ lời tuyên bố thành hôn 러이 뚜이엔 보 타잉 혼 성혼 선언문

□ vợ chồng 버 쫑 n. 부부

Vợ chồng sống với nhau không phải là chuyện dễ.
버 쫑 쏭 버이 냐우 콩 파이 라 쭈이엔 제
부부로 산다는 것이 쉬운 일은 아니에요.

□ váy cưới 바이 끄어이 n. 웨딩드레스

= áo cưới 아오 끄어이

□ nhẫn cưới 년 끄어이 n. 결혼반지

□ bạn đời 반 더이 n. 배우자

□ vợ 버 n. 아내

Hoa, em làm vợ anh nhé?
화, 엠 람 버 아잉 냬?
화, 내 아내가 되어 주겠어요?

□ chồng 쫑 n. 남편

□ bố mẹ vợ 보 메 버 n. 장인·장모

□ bố mẹ chồng 보 메 쫑 n. 시부모

05. 데이트

꼭! 써먹는 **실전 회화**

Cường Tối qua mình gặp một cô bé tên là Trang.
Mình thích cô bé đó mà không biết phải làm thế nào.
또이 꾸아 밍 갑 몯 꼬 베 뗀 라 짱. 밍 틱 꼬 베 더 마 콩 비엔 파이 람 테 나오
어제저녁에 짱이라는 여자애를 만났어.
그 애가 난 마음에 드는데, 난 그 애에게 뭘 해야 할지 모르겠어.

Việt Cậu đã mời cô ấy đi chơi cuối tuần này chưa?
꺼우 다 머이 꼬 어이 디 쩌이 꾸오이 뚜언 나이 쯔아?
이번 주말에 데이트하자고 했어?

Cường Chưa. Nhưng mình muốn gặp cô bé đó.
쯔아. 니응 밍 무온 갑 꼬 베 더
아니 아직. 하지만 그애와 만나고 싶어.

Việt Nếu vậy thì cậu thử dẫn cô ấy đến một nơi đặc biệt và thổ lộ tình cảm của cậu đi.
네우 버이 티 꺼우 트 전 꼬 어이 덴 몯 너이 닥 비엔 바 토 로 띵 깜 꾸어 꺼우 디
그러면 그녀를 특별한 장소에 데려가 봐. 그리고 네 감정을 고백해.

Bài 06.

가족 Gia đình 자 딩

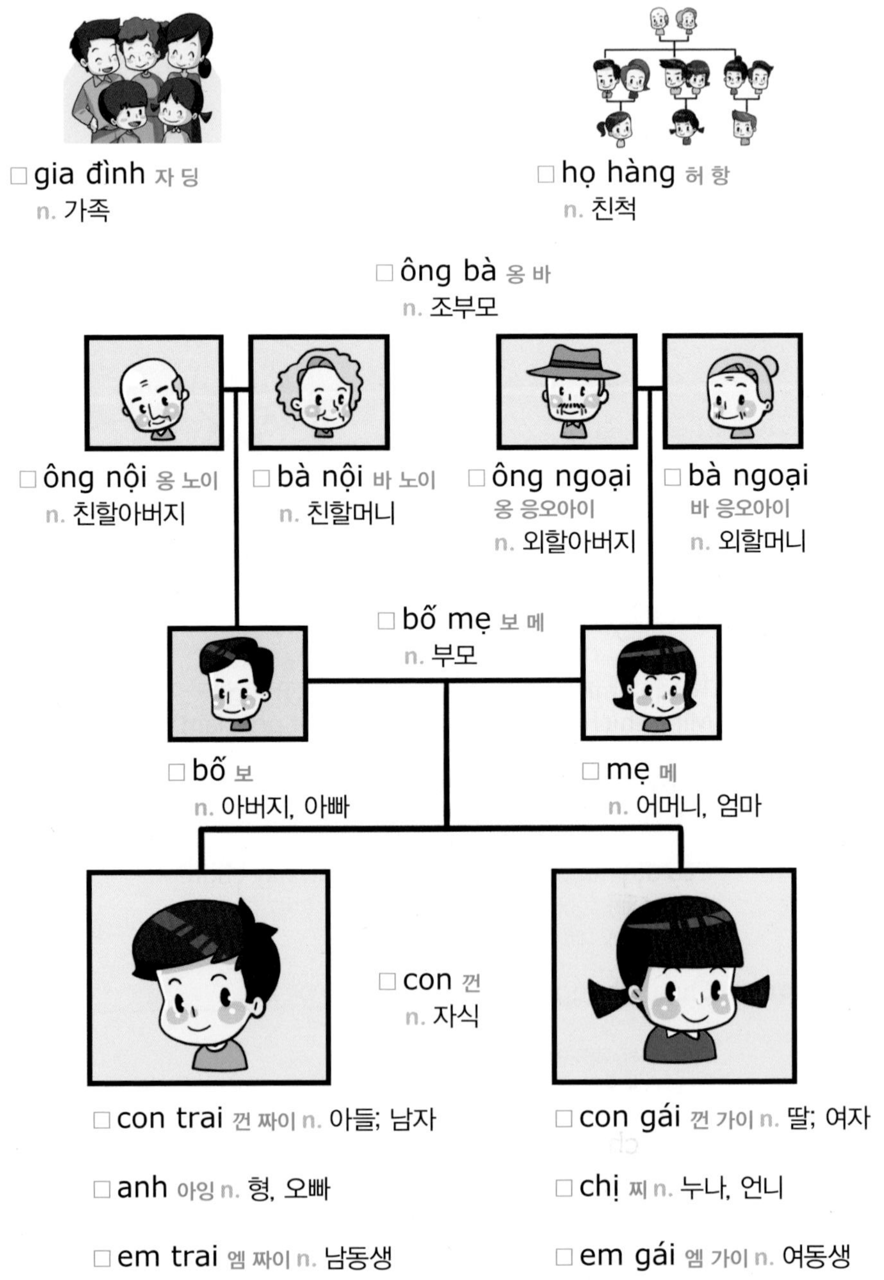

□ chồng 쫑 n. 남편

□ vợ 버 n. 아내

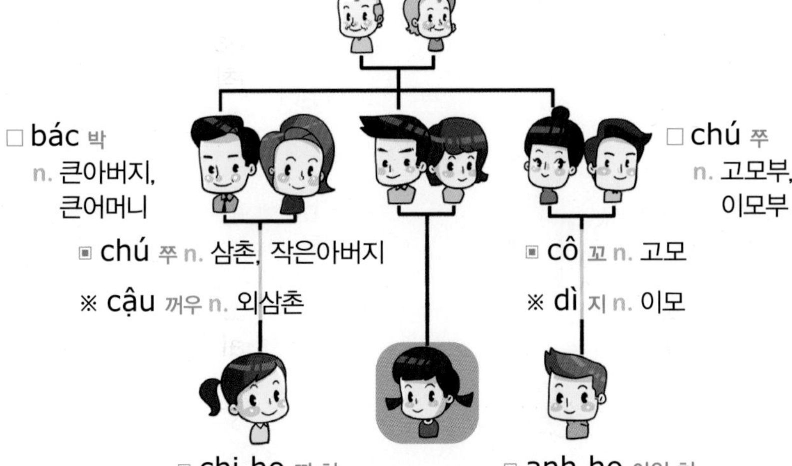

□ bác 박
n. 큰아버지, 큰어머니

□ chú 쭈
n. 고모부, 이모부

▣ chú 쭈 n. 삼촌, 작은아버지

※ cậu 꺼우 n. 외삼촌

▣ cô 꼬 n. 고모

※ dì 지 n. 이모

▣ chị họ 찌 허
n. 사촌 누나, 사촌 언니

▣ anh họ 아잉 허
n. 사촌 형, 사촌 오빠

▣ em họ 엠 허
n. 사촌 동생

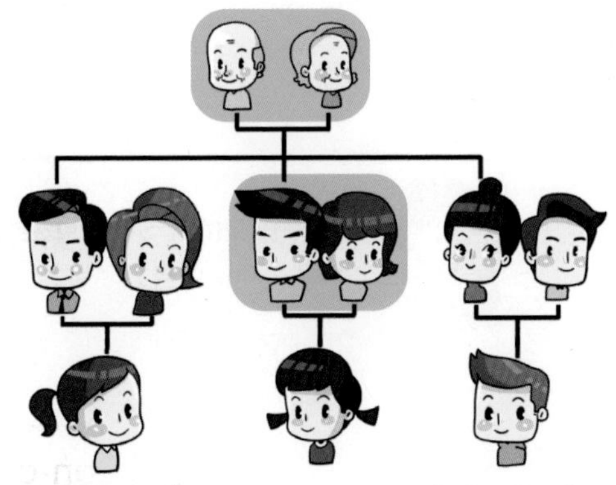

▣ cháu gái 짜우 가이
n. 손녀; 여자 조카

▣ cháu trai 짜우 짜이
n. 손자; 남자 조카

▣ cháu 짜우
n. 손주; 조카

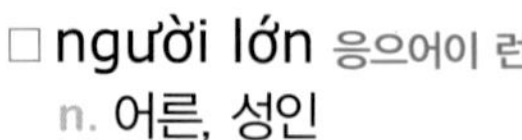

□ người lớn 응으어이 런
n. 어른, 성인

□ lớn tuổi 런 뚜오이
a. 나이가 많다

□ mang thai 망 타이
v. 임신하다

□ sinh 씽
= đẻ 데
v. 출산하다

□ sữa mẹ 쓰아 메
n. 모유

□ cho bú 쩌 부
v. 수유하다

□ sữa bột 쓰아 봍
n. 분유

□ thanh niên 타잉 니엔
n. 청년, 젊은이

□ trẻ em 쩨 엠
n. 어린이

□ em bé 엠 베
n. 아기

□ ra đời 자 더이
v. 태어나다

□ bình sữa 빙 쓰아
n. 젖병

□ tã 따
n. 기저귀

□ nuôi 누오이 v. 기르다, 양육하다

□ chăm sóc 짬 썹 v. 돌보다

□ bảo mẫu 바오 머우 n. 보모

□ xe đẩy 쎄 더이
n. 유모차

□ giống 종
a. 닮다, 비슷하다

□ nôi 노이
n. 아기 침대, 요람

□ sống chung 쏭 쭝 v. 함께 살다

□ sống riêng 쏭 지엥 v. 독립하다

□ hòa thuận 호아 투언
a. 화목하다

□ bất hòa 벋 호아 a. 불화하다

□ cãi nhau 까이 냐우 v. 서로 싸우다

□ ly hôn 리 혼 v. 이혼하다

□ ly thân 리 턴 v. 별거하다

□ gia đình 자 딩 n. 가족

□ họ hàng 허 항 n. 친척

□ bố mẹ 보 메 n. 부모

□ bố 보 n. 아버지, 아빠

□ mẹ 메 n. 어머니, 엄마

□ anh em 아잉 엠 n. 형제

□ anh 아잉 n. 형, 오빠

□ em trai 엠 짜이 n. 남동생

□ anh em trai 아잉 엠 짜이 남자 형제

□ chị em 찌 엠 n. 자매

□ chị 찌 n. 누나, 언니

□ em gái 엠 가이 n. 여동생

Lan là em gái tôi.
란 라 엠 가이 또이
란이 내 여동생이에요.

□ chị em gái 찌 엠 가이 여자 형제

□ vợ 버 n. 아내

□ chồng 쫑 n. 남편

□ con 껀 n. 자식

□ con trai 껀 짜이 n. 아들; 남자

□ con trai một 껀 짜이 몯 n. 외동아들

□ con gái 껀 가이 n. 딸; 여자

□ con gái một 껀 가이 몯 n. 외동딸

□ sinh đôi 씽 도이 n. 쌍둥이
- □ sinh đôi cùng trứng 씽 도이 꿍 쯩 n. 일란성 쌍둥이
- □ sinh đôi khác trứng 씽 도이 칵 쯩 n. 이란성 쌍둥이
- □ sinh ba 씽 바 n. 세쌍둥이

□ anh họ 아잉 허 n. 사촌 형, 사촌 오빠

□ chị họ 찌 허 n. 사촌 누나, 사촌 언니

□ em họ 엠 허 n. 사촌 동생

□ cháu 짜우 n. 손주; 조카

□ cháu trai 짜우 짜이 n. 손자; 남자 조카

Bà yêu cháu nhất.
바 이에우 짜우 녇
할머니는 손자를 가장 사랑해요.

□ cháu gái 짜우 가이 n. 손녀; 여자 조카

□ ông bà 옹 바 n. 조부모

□ ông nội 옹 노이 n. 친할아버지

□ bà nội 바 노이 n. 친할머니

□ ông ngoại 옹 응오아이 n. 외할아버지

□ bà ngoại 바 응오아이 n. 외할머니

□ bác 박 n. 큰아버지, 큰어머니

□ chú 쭈 n. 작은아버지, 삼촌, 고모부, 이모부

□ thím 팀 n. 작은어머니

□ cậu 꺼우 n. 외삼촌

□ mợ 머 n. 외숙모

□ cô 꼬 n. 고모

□ dì 지 n. 이모

□ nhà nội 냐 노이 n. 친가

□ nhà ngoại 냐 응오아이 n. 외가

□ bố mẹ vợ 보 메 버 n. 장인·장모
  □ bố vợ 보 버 n. 장인
  □ mẹ vợ 메 버 n. 장모

□ bố mẹ chồng 보 메 쫑 n. 시부모
  □ bố chồng 보 쫑 n. 시아버지
  □ mẹ chồng 메 쫑 n. 시어머니

Quan hệ của Loan và mẹ chồng rất tốt.
꾸안 헤 꿔 로안 바 메 쫑 전 똗
로안은 시어머니와 관계가 좋아요.

□ bố mẹ đẻ 보 메 데 n. 친정 부모

□ con dâu 껀 저우 n. 며느리

□ con rể 껀 제 n. 사위

□ tình mẫu tử 띵 머우 뜨 n. 모성애

□ tình phụ tử 띵 푸 뜨 n. 부성애

Tình phụ tử cũng quan trọng đối với trẻ em như tình mẫu tử.
띵 푸 뜨 꿍 꾸안 쩡 도이 버이 쩨 엠 니으 띵 머우 뜨
부성애도 아이들에게 모성애만큼 중요해요.

□ người lớn 응으어이 런 n. 어른, 성인

□ thanh niên 타잉 니엔 n. 청년, 젊은이

□ trẻ em 쩨 엠 n. 어린이

□ em bé 엠 베 n. 아기

□ lớn tuổi 런 뚜오이 a. 나이가 많다

□ trưởng thành 쯔엉 타잉 a. (정신적, 신체적으로) 성숙한

□ người trưởng thành 응으어이 쯔엉 타잉 n. 성숙한 사람

□ chưa trưởng thành 쯔아 쯔엉 타잉 a. 미성숙한

□ trẻ vị thành niên 쩨 브이 타잉 니엔 n. 미성년자

□ mang thai 망 타이 v. 임신하다

□ sinh 씽 v. 출산하다
= đẻ 데

Ngày dự sinh của chị là ngày bao nhiêu?
응아이 즈 씽 꾸어 찌 라 응아이 바오 니에우?
출산 예정일이 언제예요?

□ ra đời 자 더이 v. 태어나다

Em bé của tôi dự kiến ra đời cuối năm.
엠 베 꾸어 또이 즈 끼엔 자 더이 꾸오이 남
제 아이는 연말에 태어날 예정이에요.

□ sữa mẹ 쓰아 메 n. 모유

□ cho bú 쩌 부 v. 수유하다

□ sữa bột 쓰아 볻 n. 분유

□ bình sữa 빙 쓰아 n. 젖병

□ tã 따 n. 기저귀

□ nuôi 누오이 v. 기르다, 양육하다

□ chăm sóc 짬 썹 v. 돌보다

Ai sẽ chăm sóc bọn trẻ?
아이 쎄 짬 썹 번 쩨?
애들은 누가 돌보나요?

□ bảo mẫu 바오 머우 n. 보모

□ xe đẩy 쎄 더이 n. 유모차

□ nôi 노이 n. 아기 침대, 요람

□ giống 종 a. 닮다, 비슷하다

□ bệnh di truyền 벵 지 쭈이엔 n. 유전병

□ con nuôi 껀 누오이 n. 입양아

□ nhận con nuôi 년 껀 누오이 v. 입양하다

□ sống chung 쏭 쭝 v. 함께 살다

□ sống riêng 쏭 지엥 v. 독립하다

□ hòa thuận 호아 투언 a. 화목하다

□ bất hòa 벋 호아 a. 불화하다

□ cãi nhau 까이 냐우 v. 서로 싸우다

Vợ chồng nhà hàng xóm thường xuyên cãi nhau.
버 쫑 냐 항 썸 트엉 쑤이엔 까이 냐우
옆집 부부가 자주 싸워요.

□ ly thân 리 턴 v. 별거하다

□ ly hôn 리 혼 v. 이혼하다

□ tái hôn 따이 혼 v. 재혼하다

06. 가족 소개

꼭! 써먹는 **실전 회화**

Linh Cường ơi, anh có anh hay em?
끄엉 어이, 아잉 꺼 아잉 하이 엠?
끄엉, 넌 형이나 동생이 있니?

Cường Anh có một em trai. Nó kém anh tám tuổi.
아잉 꺼 몯 엠 짜이. 너 껨 아잉 땀 뚜오이
남동생이 하나 있어. 그 앤 나보다 여덟 살 더 어려.

Linh Anh với em trai có thân nhau không?
아잉 버이 엠 짜이 꺼 턴 냐우 콩?
넌 동생과 사이가 좋니?

Cường Nó hơi nghịch ngợm.
너 허이 응익 응엄
걘 좀 장난꾸러기야.

연습 문제

다음 단어를 읽고 맞는 뜻과 연결하세요.

1. bàn chân •	• 가족
2. bàn tay •	• 귀엽다
3. bố •	• 눈
4. dễ thương •	• 발
5. đẹp •	• 사랑
6. gia đình •	• 손
7. hạnh phúc •	• 아버지, 아빠
8. mắt •	• 어머니, 엄마
9. mặt •	• 얼굴
10. mẹ •	• 잘생기다, 아름답다
11. tình yêu •	• 착한, 마음이 따뜻한
12. tốt bụng •	• 행복하다

1. bàn chân – 발 2. bàn tay – 손 3. bố – 아버지, 아빠 4. dễ thương – 귀엽다
5. đẹp – 잘생기다, 아름답다 6. gia đình – 가족 7. hạnh phúc – 행복하다
8. mắt – 눈 9. mặt – 얼굴 10. mẹ – 어머니, 엄마 11. tình yêu – 사랑
12. tốt bụng – 착한, 마음이 따뜻한

Chương 3

Bài 07.

시간 & 날짜 Thời gian và Ngày tháng 터이 잔 바 응아이 탕

□ thời gian 터이 잔
n. 시간

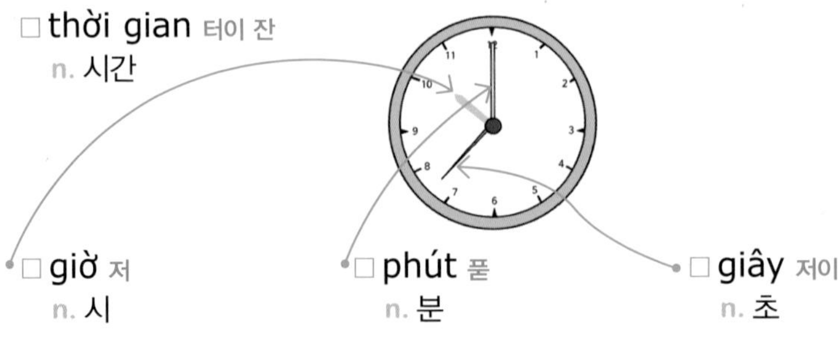

□ giờ 저
n. 시

□ phút 풋
n. 분

□ giây 저이
n. 초

□ rưỡi 즈어이
n. 반, ½, 30분

□ đồng hồ 동 호
n. 시계

□ đồng hồ đeo tay
동 호 데오 따이
n. 손목시계

□ buổi sáng 부오이 쌍
n. 아침

□ sớm 썸
ad. 일찍, 이른

□ tỉnh dậy 띵 저이
v. 깨어나다

□ tỉnh ngủ 띵 응우
v. 잠이 깨다

□ dậy 저이 v. (잠자리에서) 일어나다

□ ra khỏi giường 자 커이 즈엉
침대에서 나오다

□ bữa sáng 브어 쌍
n. 아침 식사

□ ăn sáng 안 쌍
v. 아침 식사하다

□ ban ngày 반 응아이 n. 낮

□ giữa trưa 즈어 쯔어 n. 정오

□ buổi trưa 부오이 쯔어 n. 점심

□ bữa trưa 브어 쯔어 n. 점심 식사

□ ăn trưa 안 쯔어 v. 점심 식사하다

□ buổi chiều 부오이 찌에우 n. 오후

□ ngủ trưa 응우 쯔어 낮잠 자다

□ buổi tối 부오이 또이 n. 저녁

□ bữa tối 브어 또이 n. 저녁 식사

□ ăn tối 안 또이 v. 저녁 식사하다

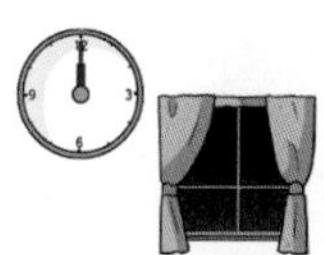

□ buổi đêm 부오이 뎀 n. 밤

□ nửa đêm 느어 뎀 n. 자정

□ giấc ngủ 적 응우 n. 잠

□ ngủ 응우 v. 자다

□ mơ 머 v. 꿈을 꾸다

□ ngủ gật 응우 걷 v. 졸다

□ thức đêm 특 뎀 v. 밤새다

□ một ngày 몯 응아이 n. 하루

□ ngày tháng 응아이 탕 n. 날짜

□ tuần 뚜언 n. 일주일

□ thứ 트 n. 요일

□ cuối tuần 꾸오이 뚜언 n. 주말

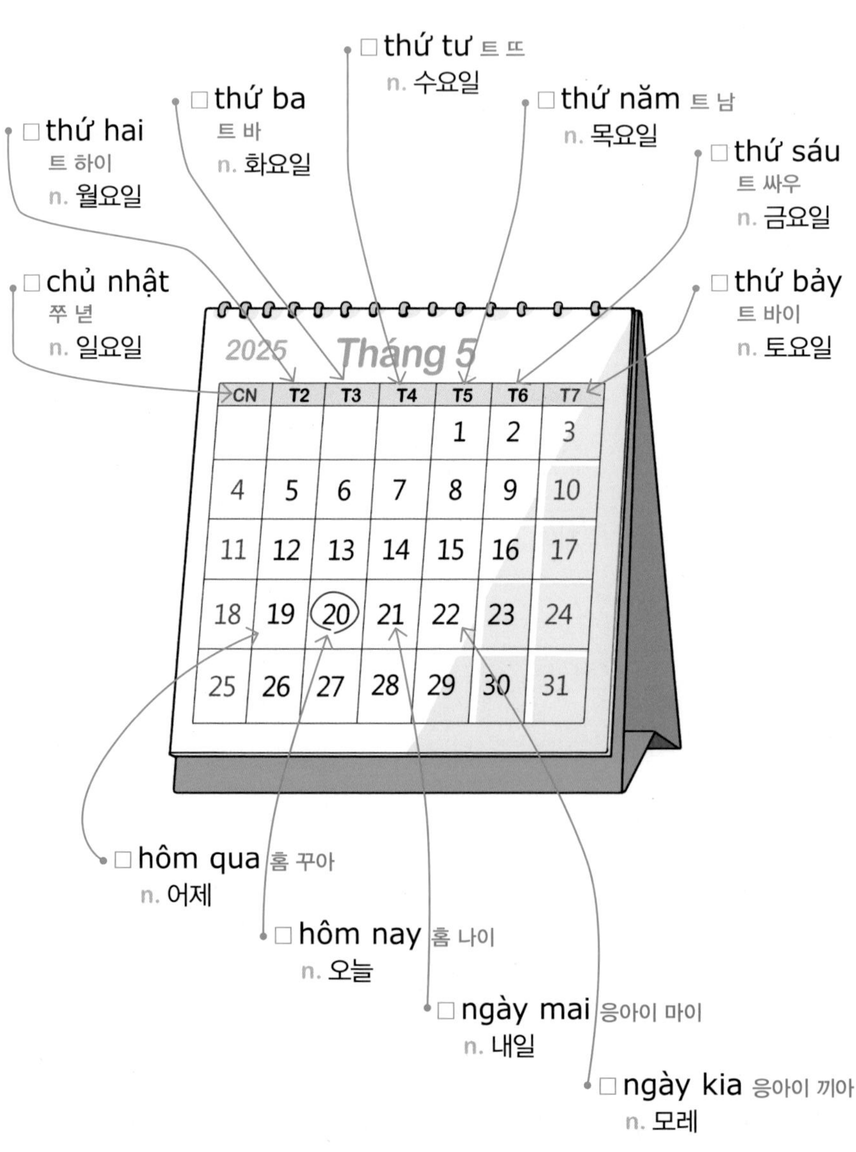

□ tháng 탕 n. 월, 달

□ tháng một 탕 몯 1월

□ tháng hai 탕 하이 2월

□ tháng ba 탕 바 3월

□ tháng tư 탕 뜨 4월

□ tháng năm 탕 남 5월

□ tháng sáu 탕 싸우 6월

□ tháng bảy 탕 바이 7월

□ tháng tám 탕 땀 8월

□ tháng chín 탕 찐 9월

□ tháng mười 탕 므어이 10월

□ tháng mười một 탕 므어이 몯 11월

□ tháng mười hai 탕 므어이 하이 12월

□ năm 남 n. 연(年)

□ trong một năm 쩡 몯 남 연간, 1년간의

□ lịch 릭 n. 달력

□ âm lịch 엄 릭 n. 음력

□ dương lịch 즈엉 릭 n. 양력

□ đầu năm 더우 남 n. 연초

□ giữa năm 즈어 남 n. 한 해의 중반

□ cuối năm 꾸오이 남 n. 연말

□ ngày nghỉ theo luật định 응아이 응이 테오 루얻 딩 n. 공휴일

□ ngày lễ 응아이 레 n. 명절

□ ngày tết 응아이 뗃 n. 설날

□ trung thu 쭝 투 n. 추석

□ ngày thống nhất đất nước 응아이 통 녇 덛 느억 n. 통일기념일

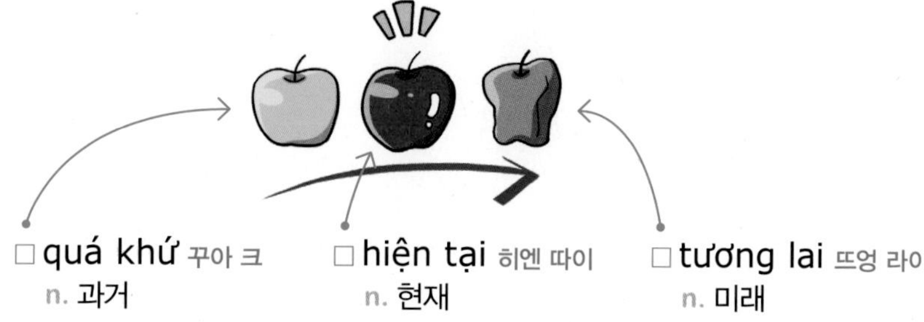

□ quá khứ 꾸아 크 n. 과거

□ hiện tại 히엔 따이 n. 현재

□ tương lai 뜨엉 라이 n. 미래

□ thời gian 터이 잔 n. 시간

□ giờ 저 n. 시

Bây giờ là mấy giờ?
버이 저 라 머이 저?
지금 몇 시인가요?

□ phút 풋 n. 분

□ giây 저이 n. 초

□ rưỡi 즈어이 n. 반, ½, 30분

Tôi đi làm lúc 7 rưỡi.
또이 디 람 룩 바이 즈어이
전 7시 반까지 출근해요.

□ đồng hồ 동 호 n. 시계
□ đồng hồ đeo tay 동 호 데오 따이 n. 손목시계

□ muộn 무온 a. 늦다

□ sớm 썸 ad. 일찍, 이른

Mẹ tôi luôn dậy rất sớm.
메 또이 루온 저이 전 썸
엄마는 항상 아주 일찍 일어나요.

□ nhanh 냐잉 a. 빠르다

□ buổi sáng 부오이 쌍 n. 아침

□ tỉnh dậy 띵 저이 v. 깨어나다
□ tỉnh ngủ 띵 응우 v. 잠이 깨다

Tôi vẫn chưa tỉnh ngủ.
또이 번 쯔어 띵 응우
잠이 덜 깼어요.

□ gọi dậy 거이 저이 v. 잠을 깨우다

Buổi sáng mẹ luôn gọi tôi dậy.
부오이 쌍 메 루온 거이 또이 저이
아침에 엄마가 항상 깨워 주세요.

□ dậy 저이 v. (잠자리에서) 일어나다

□ ra khỏi giường 자 커이 즈엉 침대에서 나오다

Tôi rất khó ra khỏi giường vào buổi sáng.
또이 젓 커 자 커이 즈엉 바오 부오이 쌍
아침에 잠자리에서 나오기가 힘들어요.

□ ngủ dậy muộn 응우 저이 무온 늦잠 자다

□ tắm 땀 v. 샤워하다

□ rửa mặt 즈어 맏 v. 세수하다

□ gội đầu 고이 더우 v. 머리를 감다

Tôi gội đầu vào mỗi sáng.
또이 고이 더우 바오 모이 쌍
매일 아침 머리를 감아요.

□ đánh răng 다잉 장 v. 양치하다

□ bữa sáng 브어 쌍 n. 아침 식사
□ ăn sáng 안 쌍 v. 아침 식사하다

□ ban ngày 반 응아이 n. 낮

□ giữa trưa 즈어 쯔어 n. 정오

□ buổi trưa 부오이 쯔어 n. 점심

□ bữa trưa 브어 쯔어 n. 점심 식사
□ ăn trưa 안 쯔어 v. 점심 식사하다

□ buổi chiều 부오이 찌에우 n. 오후

□ ngủ trưa 응우 쯔어 낮잠 자다

Người Việt Nam ăn trưa xong thường phải ngủ trưa một chút.
응으어이 비엗 남 안 쯔어 썽 트엉 파이 응우 쯔어 몯 쭏
베트남 사람은 점심을 먹은 후에 보통 낮잠을 잠깐 자요.

□ buổi tối 부오이 또이 n. 저녁

□ bữa tối 브어 또이 n. 저녁 식사

□ ăn tối 안 또이 v. 저녁 식사하다

□ buổi đêm 부오이 뎀 n. 밤

□ nửa đêm 느어 뎀 n. 자정

□ nằm 남 v. 눕다

□ ngủ 응우 v. 자다

Tôi thường ngủ hơi muộn.
또이 트엉 응우 허이 무온
저는 좀 늦게 자는 편이에요.

□ mơ 머 v. 꿈을 꾸다

□ ngủ gật 응우 걷 v. 졸다

□ giấc ngủ 적 응우 n. 잠

□ thức đêm 특 뎀 v. 밤새다

Hôm qua tôi đã thức đêm ôn thi.
홈 꾸아 또이 다 특 뎀 온 티
어제 시험 공부하느라 밤샜어요.

□ một ngày 몯 응아이 n. 하루

□ thứ 트 n. 요일

□ tuần 뚜언 n. 일주일

- □ thứ hai 트 하이 n. 월요일
- □ thứ ba 트 바 n. 화요일
- □ thứ tư 트 뜨 n. 수요일
- □ thứ năm 트 남 n. 목요일
- □ thứ sáu 트 싸우 n. 금요일
- □ thứ bảy 트 바이 n. 토요일
- □ chủ nhật 쭈 녇 n. 일요일

□ ngày thường 응아이 트엉 n. 평일

□ cuối tuần 꾸오이 뚜언 n. 주말

□ tháng 탕 n. 월, 달

- □ đầu tháng 더우 탕 n. 월초
- □ cuối tháng 꾸오이 탕 n. 월말

□ năm 남 n. 연(年)

- □ tuổi 뚜오이 n. 나이, ~살
- □ trong một năm 쩡 몯 남 연간, 1년간의
- □ đầu năm 더우 남 n. 연초
- □ cuối năm 꾸오이 남 n. 연말
- □ giữa năm 즈어 남 n. 한 해의 중반

Thu nhập trung bình năm của người Việt Nam là bao nhiêu?
투 녑 쭝 빙 남 꿔 응으어이 비엗 남 라 바오 니에우?
베트남 국민의 연간 평균 소득은 얼마예요?

□ lịch 릭 n. 달력

- □ âm lịch 엄 릭 n. 음력
- □ dương lịch 즈엉 릭 n. 양력

tip. 베트남도 한국처럼 음력과 양력 모두 사용하며, 한국과 같이 설날은 음력 1월 1일, 추석은 음력 8월 15일입니다.

□ ngày tháng 응아이 탕 n. 날짜

□ hôm qua 홈 꾸아 n. 어제

□ hôm nay 홈 나이 n. 오늘

□ ngày mai 응아이 마이 n. 내일

□ ngày kia 응아이 끼아 n. 모레

□ ngày sinh 응아이 씽 n. 생일

□ ngày kỷ niệm 응아이 끼 니엠 n. 기념일

tip. 베트남의 주요 기념일

- 설날: 음력 1월 1일~3일
- 개천절: 음력 3월 10일
- 남부 해방기념일·통일기념일: 4월 30일
- 노동자의 날: 5월 1일
- 석가탄신일: 음력 4월 보름
- 추석: 음력 8월 15일
- 건국기념일: 9월 2일

□ ngày nghỉ theo luật định 응아이 응이 테오 루얻 딩 n. 공휴일

□ ngày lễ của quốc gia 응아이 레 꿔 꾸옥 자 n. 국경일

□ ngày lễ 응아이 레 n. 명절

□ ngày tết 응아이 뗃 n. 설날

□ trung thu 쭝 투 n. 추석

tip. 베트남에도 추석이 있지만 한국처럼 큰 명절이 아니라 어린이날 정도의 기념일이며, 가정에서는 아이들을 위해 며칠 전부터 과일, 추석 케이크, 장난감을 사 놓고 추석 밤에 파티를 열어 줍니다.

□ ngày giỗ tổ 응아이 조 또 n. 개천절

□ ngày quốc tế lao động 응아이 꾸옥 떼 라오 동 n. 노동절

□ ngày phật đản 응아이 펃 단 n. 석가탄신일

□ ngày quốc khánh 응아이 꾸옥 카잉 n. 건국기념일

□ ngày giải phóng miền nam 응아이 자이 펑 미엔 남 n. 남부 해방기념일

□ ngày thống nhất đất nước 응아이 통 녇 덛 느억 n. 통일기념일

tip. 과거 미국 전쟁 때, 베트남은 남북으로 분리되었다가 1975년 4월 30일 베트남 남부가 미국군으로부터 해방되었습니다. 이날로부터 베트남 남북이 통일되었고, 이날은 베트남 남부 해방기념일과 통일기념일로 불립니다.

□ thế kỷ 테 끼 n. 세기

□ khoảng thời gian 코앙 터이 잔 n. 기간

□ thời kỳ 터이 끼 n. 시기

□ thời đại 터이 다이 n. 시대

□ quá khứ 꾸아 크 n. 과거

□ hiện tại 히엔 따이 n. 현재

□ tương lai 뜨엉 라이 n. 미래

□ dạo này 자오 나이 n. 요즘

□ gần đây 건 더이 ad. 최근에

□ trước 쯔억 ad. (시간) 전에

3 ngày trước tôi đã đi Vịnh Hạ Long.
바 응아이 쯔억 또이 다 디 빙 하 렁
3일 전에 하롱베이에 갔었어요.

07. 추석

꼭! 써먹는 **실전 회화**

Việt Trung thu em sẽ làm gì?
쭝 투 엠 쎄 람 지?
넌 추석에 뭐 하니?

Linh Em sẽ đi cùng bố mẹ ra hồ Hoàn kiếm để ngắm trăng và chơi trung thu. Còn anh?
엠 쎄 디 꿍 보 메 자 호 호안 끼엠 데 응암 짱 바 쩌이 쭝 투. 껀 아잉?
부모님과 호안끼엠 호수에 가서 보름달을 구경하며 놀 거야. 너는?

Việt Anh sẽ đến tiệc trung thu của khu tập thể.
아잉 쎄 덴 띠엑 쭝 투 꿔 쿠 떱 테
난 우리 아파트의 추석 파티에 갈 거야.

Linh Thế à? Chắc sẽ vui lắm. Anh đi chơi vui vẻ nhé.
테 아? 짝 쎄 부이 람. 아잉 디 쩌이 부이 베 녜
오 그래? 재밌겠다. 잘 다녀와.

Bài 08.

날씨&계절 Thời tiết và Mùa 터이 띠엗 바 무어

□ thời tiết 터이 띠엗 n. 날씨

□ trong xanh 쩡 싸잉
a. (하늘·물 등이) 맑다

□ trong lành 쩡 라잉 a. (공기가) 맑다

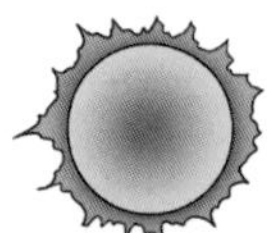

□ mặt trời 먿 쩌이
n. 태양, 해

□ hơi lạnh 허이 라잉
= lành lạnh 라잉 라잉
a. 쌀쌀하다, 조금 춥다 n. 냉기

□ mát 맏
= mát mẻ 맏 메
a. 서늘하다

□ mây 머이 n. 구름

□ ấm 엄
= ấm áp 엄 압
a. 따뜻하다

□ dễ chịu 제 찌우
a. (날씨가) 온화하다

□ nóng 넝 a. 덥다

□ hơi nóng 허이 넝 n. 열기

□ khô 코
a. 건조하다

□ hạn hán 한 한
n. 가뭄

□ nhiều mây 니에우 머이
= âm u 엄 우
a. 구름이 많다, 흐리다

□ gió 저 n. 바람

□ sương mù 쓰엉 무 n. 안개

□ mưa 므어 n. 비

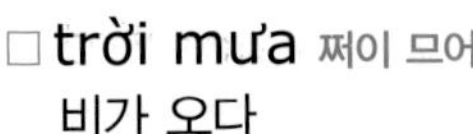

□ trời mưa 쩌이 므어
비가 오다

□ lũ lụt 루 룯 n. 홍수

□ mưa dầm 므어 점 n. 장마

□ bão 바오 n. 태풍

□ mưa bão 므어 바오 n. 폭풍우

□ sấm 썸 n. 천둥

□ sét 쎋 n. 번개

□ lạnh 라잉 a. 춥다

□ se lạnh 쎄 라잉
a. 차갑다

□ tuyết 뚜이엗 n. 눈

□ tuyết rơi 뚜이엗 저이
눈이 내리다

☐ mùa 무어
n. 계절

☐ mùa xuân 무어 쑤언
n. 봄

☐ ấm dần lên 엄 전 렌
따뜻해지다

☐ mùa hè 무어 헤
n. 여름

☐ nắng như đổ lửa 낭 니으 도 르어
덥고 햇볕이 쨍쨍하다

☐ nóng đến ngạt thở 넝 덴 응앋 터
숨 막히게 덥다

☐ mưa rào 므어 자오
n. 소나기

☐ ô 오
n. 우산

☐ áo mưa 아오 므어
n. 우비

□ mùa thu 무어 투
n. 가을

□ mùa đông 무어 동
n. 겨울

□ lạnh dần 라잉 전
추워지다

□ dự báo thời tiết 즈 바오 터이 띠엔
n. 일기 예보

□ dự báo 즈 바오
v. 예상하다

□ nhiệt độ 니엔 도
n. 온도

□ lá khô 라 코
n. 낙엽

□ đá 다
n. 얼음

□ đông cứng 동 끙
v. 얼다

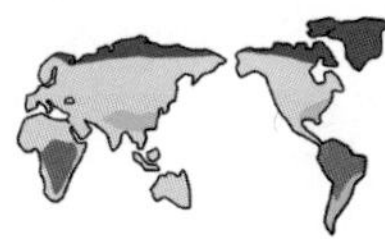

□ khí hậu 키 허우 n. 기후

□ mùa khô 무어 코 n. 건기

□ mùa mưa 무어 므어 n. 우기

□ thời tiết 터이 띠엔 n. 날씨

Hôm nay thời tiết thế nào?
홈 나이 터이 띠엔 테 나오?
오늘 날씨 어때요?

□ trong 쩡 a. 투명하다

□ trong xanh 쩡 싸잉 a. (하늘·물 등이) 맑다
= trong lành 쩡 라잉 a. (공기가) 맑다

Bầu trời mùa thu rất cao và trong xanh.
버우 쩌이 무어 투 전 까오 바 쩡 싸잉
가을엔 하늘이 높고 맑아요.

□ ấm 엄 a. 따뜻하다
= ấm áp 엄 압

□ dễ chịu 제 찌우 a. (날씨가) 온화하다

□ mặt trời 먿 쩌이 n. 태양, 해

□ nóng 넝 a. 덥다

Thời tiết nóng thật đấy.
터이 띠엔 넝 턷 더이
날씨가 정말 덥네요.

□ hơi nóng 허이 넝 n. 열기

□ hơi lạnh 허이 라잉 a. 쌀쌀하다, 조금 춥다 n. 냉기
= lành lạnh 라잉 라잉

Điều hòa nhiệt độ hơi lạnh một chút.
디에우 호아 니엗 도 허이 라잉 몯 쭏
에어컨 바람이 조금 쌀쌀해요.

□ mát 맏 a. 서늘하다
= mát mẻ 맏 메

Trời mát.
쩌이 맏
날씨가 서늘해요.

□ se lạnh 쎄 라잉 a. 차갑다

□ lạnh 라잉 a. 춥다

□ không khí 콩 키 n. 공기

□ khí quyển 키 꾸이엔 n. 대기(권)

□ khô 코 a. 건조하다

□ hạn hán 한 한 n. 가뭄

Năm nay hạn hán rất nghiêm trọng.
남 나이 한 한 전 응이엠 쩡
올해는 가뭄이 심해요.

□ mây 머이 n. 구름
□ nhiều mây 니에우 머이 a. 구름이 많다, 흐리다
= âm u 엄 우

Trời trong xanh không một gợn mây.
쩌이 쩡 싸잉 콩 몯 건 머이
하늘에 구름 한 점 없이 맑아요.

□ mưa 므어 n. 비
□ trời mưa 쩌이 므어 비가 오다
□ giọt nước mưa 전 느억 므어 n. 빗방울
□ mưa dầm 므어 점 n. 장마
□ mưa rào 므어 자오 n. 소나기
□ mưa bóng mây 므어 벙 머이 n. 여우비
□ mưa phùn 므어 푼 n. 이슬비

tip. 베트남 북부 날씨는 봄에는 이슬비가 내리고 찬바람이 부는 것이 특징인데, 습도가 높아서 체감 온도는 더욱 떨어집니다.

□ sương mù 쓰엉 무 n. 안개

□ ẩm ướt 엄 으엇 a. 눅눅하다, 축축하다, 습하다

□ độ ẩm cao 도 엄 까오 습도가 높다

□ lũ lụt 루 룯 n. 홍수

Thời điểm này hàng năm thường xảy ra lũ lụt.
터이 디엠 나이 항 남 트엉 싸이 자 루 룯
매년 이맘때면 홍수가 나요.

□ bão 바오 n. 태풍

□ mưa bão 므어 바오 n. 폭풍우

□ gió 저 n. 바람

Trời mưa gió cả ngày.
쩌이 므아 저 까 응아이
하루 종일 바람이 불고 비가 와요.

□ sấm 썸 n. 천둥

□ sét 쎋 n. 번개

□ tuyết 뚜이엗 n. 눈

□ tuyết rơi 뚜이엗 저이 눈이 내리다

Việt Nam không có tuyết.
비엗 남 콩 꺼 뚜이엗
베트남은 눈이 안 와요.

□ mùa 무어 n. 계절

□ mùa xuân 무어 쑤언 n. 봄

□ ấm dần lên 엄 전 렌 따뜻해지다

□ chồi 쪼이 n. 새싹

□ đâm chồi 덤 쪼이 v. 싹이 트다

□ mùa hè 무어 헤 n. 여름

□ cái nóng 까이 넝 n. 더위

Trời nóng hầm hập.
쩌이 넝 험 헙
푹푹 찌는 더위네요.

□ bệnh say nắng 벵 싸이 낭 n. 일사병

□ nóng đến ngạt thở 넝 덴 응앋 터 숨 막히게 덥다

Trời nóng đến ngạt thở.
쩌이 넝 덴 응앋 터
숨 막히는 더위예요.

□ nắng như đổ lửa 낭 니으 도 르어 덥고 햇볕이 쨍쨍하다

□ nóng như thiêu như đốt 넝 니으 티에우 니으 돋 불에 타듯이 덥다

□ ô 오 n. 우산

tip. 남부에서는 우산을 dù 주라고 말합니다.

□ áo mưa 아오 므어 n. 우비

Anh nhớ phải mặc áo mưa khi trời mưa nhé.
아잉 녀 파이 막 아오 므어 키 쩌이 므어 녜
오빠, 비 올 땐 우비를 꼭 입어야 해요.

□ mùa thu 무어 투 n. 가을

□ lá khô 라 코 n. 낙엽

□ thu hoạch 투 호아익 v. 수확하다

□ thu hoạch vụ thu 투 호아익 부 투 v. 추수하다

Việt Nam trồng 3 vụ lúa 1 năm.
비엔 남 쫑 바 부 루어 몯 남
베트남에서는 1년에 3모작을 해요.

□ mùa đông 무어 동 n. 겨울

□ lạnh dần 라잉 전 추워지다

□ đá 다 n. 얼음

□ băng 방 n. 얼음덩어리

□ đông cứng 동 끙 v. 얼다

□ mùa khô 무어 코 n. 건기

□ mùa mưa 무어 므어 n. 우기

Tôi nghe nói mùa mưa sẽ bắt đầu từ tháng 6 năm nay.
또이 응에 너이 무어 므어 쎄 받 더우 뜨 탕 싸우 남 나이
올해는 6월부터 우기가 시작될 예정이래요.

tip. 베트남의 계절은 남부는 건기와 우기로 나뉘고, 북부는 봄, 여름, 가을, 겨울 사계절로 나뉩니다.

□ nhiệt độ 니엔 도 n. 온도

□ khí hậu 키 허우 n. 기후

Khí hậu của miền Bắc và miền Nam Việt Nam rất khác nhau.
키 허우 꿔 미엔 박 바 미엔 남 비엔 남 전 칵 냐우
베트남 북부와 남부는 기후가 달라요.

□ phong thổ 펑 토 n. 풍토

□ mưa đá 므어 다 n. 우박

□ sương 쓰엉 n. 서리

□ dự báo thời tiết 즈 바오 터이 띠엔 일기 예보

Theo dự báo thời tiết, ngày mai sẽ có bão.
테오 즈 바오 터이 띠엔, 응아이 마이 쎄 꺼 바오
일기 예보에서 내일 태풍이 올 거래요.

□ dự báo 즈 바오 v. 예상하다

□ biến đổi khí hậu 비엔 도이 키 허우 기후 변화

Biến đổi khí hậu làm trái đất ngày càng nóng lên.
비엔 도이 키 허우 람 짜이 덧 응아이 깡 넝 렌
기후 변화 때문에 지구가 더워지고 있어요.

□ tia tử ngoại 띠어 뜨 응오아이 n. 자외선

08. 열대야

꼭! 써먹는 **실전 회화**

Cường Trời nóng làm mình cả đêm không ngủ được.
쩌이 넝 람 밍 까 뎀 콩 응우 드억
더위 때문에 밤새 한잠도 못 잤어.

Việt Mình cũng thế. Nóng chết mất.
밍 꿍 테. 넝 쩻 먿
나도야. 더워 죽겠어.

Cường Mùa hè năm nay bao giờ kết thúc nhỉ?
무어 헤 남 나이 바오 저 껫 툭 니?
올해 여름은 언제 끝날까?

Việt Mình cũng không rõ.
밍 꿍 콩 저
나도 그게 궁금해.

Bài 09.

동물 & 식물 Động vật và Thực vật 동 벋 바 특 벋

□ động vật 동 벋
n. 동물

□ thú nuôi làm cảnh
투 누오이 람 까잉 반려동물

□ chân 쩐
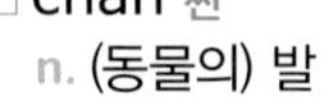
n. (동물의) 발

□ râu 저우 n. 수염

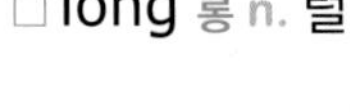
□ lông 롱 n. 털

□ cào 까오
v. 할퀴다

□ đuôi 두오이
n. 꼬리

□ chuột 쭈옫
n. 쥐

□ trâu 쩌우
n. 물소

□ hổ 호
n. 호랑이

□ mèo 메오
n. 고양이

□ rồng 종
n. 용

□ rắn 잔
n. 뱀

□ ngựa 응으어
n. 말

□ dê 제
n. 염소

□ khỉ 키
n. 원숭이

□ gà 가
n. 닭

□ chó 쩌
n. 개

□ lợn 런
n. 돼지

□ bò 버
n. 소

□ thỏ 터
n. 토끼

□ cừu 끄우
n. 양

□ voi 버이
n. 코끼리

□ hươu cao cổ
흐어우 까오 꼬 n. 기린

□ sư tử 쓰 뜨
n. 사자

□ cáo 까오
n. 여우

□ chó sói 쩌 써이
n. 늑대

□ gấu 거우
n. 곰

□ ngựa vằn 응으어 반
n. 얼룩말

□ hươu 흐어우
n. 사슴

□ tê giác 떼 작
n. 코뿔소

□ chim 찜
n. 새

□ cánh 까잉
n. 날개

□ mỏ 머
n. 부리

□ vịt 빋
n. 오리

□ ngỗng 응옹
n. 거위

□ gà 가
n. 병아리

□ chim sẻ 찜 쌔
n. 참새

□ chim bồ câu
찜 보 꺼우 n. 비둘기

□ chim đại bàng
찜 다이 방 n. 독수리

□ chim hải âu
찜 하이 어우 n. 갈매기

□ chim gõ kiến
찜 거 끼엔 n. 딱따구리

□ công 꽁
n. 공작

□ cú 꾸
n. 부엉이

□ chim cánh cụt
찜 까잉 꿋 n. 펭귄

□ cá 까
n. 물고기

□ mang cá 망 까
n. 아가미

□ vây cá 버이 까
n. 지느러미

□ cá nhiệt đới
까 니엘 더이
n. 열대어

□ bể cá 베 까
n. 어항

□ cá chép 까 쩹
n. 잉어

□ cá mập 까 멉
n. 상어

□ bạch tuộc 바익 뚜옥
n. 문어

□ thằn lằn 탄 란
n. 도마뱀

□ rùa 주어
n. 거북

□ cá sấu 까 써우
n. 악어

□ ếch 에익
n. 개구리

□ nòng nọc 넝 넙
n. 올챙이

□ ốc sên 옥 쎈
n. 달팽이

□ côn trùng 꼰 쭝 n. 곤충

□ sâu bọ 써우 버 n. 벌레

□ nhện 낸
n. 거미

□ bướm 브엄
n. 나비

□ ong 엉
n. 꿀벌

□ kiến 끼엔
n. 개미

□ ruồi 주오이
n. 파리

□ muỗi 무오이
n. 모기

□ gián 잔
n. 바퀴벌레

□ thực vật 특 벋
n. 식물

□ trồng 쫑
v. 심다

□ cây 꺼이
n. 나무

□ cỏ 꺼
n. 풀

□ hoa 호아
n. 꽃

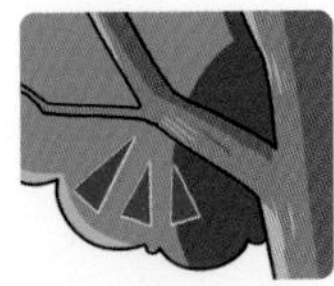

□ cành 까잉
n. 나뭇가지

□ lá 라
n. 나뭇잎

□ rễ 제
n. 뿌리

□ nụ hoa 누 호아
n. 꽃봉오리

□ cánh hoa 까잉 호아
n. 꽃잎

□ nở 너
v. 꽃이 피다

□ quả 꾸아
n. 열매

□ hạt 핫
n. 씨, 씨앗

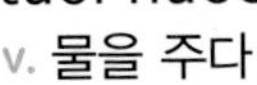

□ tưới nước 뜨어이 느억
v. 물을 주다

□ héo 헤오
a. 시들다

□ nhổ 뇨
v. 뽑다

□ động vật 동 벋 n. 동물

Nuôi động vật rất có lợi cho tâm hồn.
누오이 동 벋 젇 꺼 러이 쩌 덤 혼
동물을 키우는 건 정서적으로 도움이 되죠.

□ thú nuôi làm cảnh 투 누오이 람 까잉 반려동물

□ gia súc 자 쑥 n. 가축

□ chân 쩐 n. (동물의) 발
- □ lông 롱 n. 털
- □ râu 저우 n. 수염
- □ đuôi 두오이 n. 꼬리
- □ móng 멍 n. 발톱

□ cào 까오 v. 할퀴다

Con mèo của anh ấy đã cào tôi 2 lần!
껀 메오 꿔 아잉 어이 다 까오 또이 하이 런!
그의 고양이가 저를 두 번이나 할퀴었어요!

□ cho ăn 쩌 안 v. 먹이를 주다

Đã đến giờ cho lợn ăn.
다 덴 저 쩌 런 안
돼지에게 먹이를 줄 시간이에요.

□ chuột 쭈옫 n. 쥐

□ trâu 쩌우 n. 물소
- □ bò 버 n. 소, 황소
- □ bò cái 버 까이 n. 암소
- □ bò đực 버 득 n. 수소
- □ bò sữa 버 쓰어 n. 젖소
- □ bê 베 n. 송아지

Nhà đó đang nuôi 5 con bò.
냐 더 당 누오이 남 껀 버
그 집에는 황소 다섯 마리를 키우고 있어요.

tip. 베트남의 12간지에는 소 대신 물소, 토끼 대신 고양이, 양 대신 염소가 들어갑니다.
쥐 Chuột 쭈옫 – 물소 Trâu 쩌우 – 호랑이 Hổ 호 – 고양이 Mèo 메오 – 용 Rồng 종 – 뱀 Rắn 잔 – 말 Ngựa 응으어 – 염소 Dê 제 – 원숭이 Khỉ 키 – 닭 Gà 가 – 개 Chó 쩌 – 돼지 Lợn 런

□ hổ 호 n. 호랑이

□ thỏ 터 n. 토끼

□ mèo 메오 n. 고양이
  □ mèo con 메오 껀 n. 새끼 고양이

□ rồng 종 n. 용

□ rắn 잔 n. 뱀

□ ngựa 응으어 n. 말
  □ ngựa con 응으어 껀 n. 망아지

□ vó 버 n. 발굽
  □ bờm 범 n. 갈기
  □ đuôi ngựa 두오이 응으어 n. 말총

□ cừu 끄우 n. 양

□ dê 제 n. 염소

□ khỉ 키 n. 원숭이

□ gà 가 n. 닭
  □ gà mái 가 마이 n. 암탉
  □ gà trống 가 쫑 n. 수탉
  □ gà con 가 껀 n. 병아리

□ chó 쩌 n. 개

□ cún 꾼 n. 강아지

= chó con 쩌 껀

Hàng ngày tôi đều dắt chó đi dạo.
항 응아이 또이 데우 잗 쩌 디 자오
저는 매일 저녁 개와 함께 산책을 해요.

□ sủa 쑤어 v. (개가) 짖다

Con chó nhà đó rất dữ nên rất hay sủa.
껀 쩌 냐 더 젇 즈 넨 젇 하이 쑤어
그 집 개는 사나워서 잘 짖어요.

□ hót 헏 v. (새가) 울다

□ kêu 께우 v. 우짖다

□ lợn 런 n. 돼지

tip. 남부에서는 돼지를 heo 헤오라고 합니다.

□ voi 버이 n. 코끼리

Rất nhiều con voi đã bị giết để lấy ngà.
젇 니에우 껀 버이 다 비 지엗 데 러이 응아
수많은 코끼리들이 상아 때문에 죽음을 당했어요.

□ hươu cao cổ 흐어우 까오 꼬 n. 기린

□ cáo 까오 n. 여우

□ sư tử 쓰 뜨 n. 사자

□ gấu 거우 n. 곰

□ chó sói 쩌 써이 n. 늑대

□ ngựa vằn 응으어 반 n. 얼룩말

□ hươu 흐어우 n. 사슴

□ tê giác 떼 작 n. 코뿔소

□ hà mã 하 마 n. 하마

□ chuột chũi 쭈옫 쭈이 n. 두더지

□ sóc 썹 n. 다람쥐

□ dơi 저이 n. 박쥐

□ cá voi 까 버이 n. 고래

□ cá heo 까 헤오 n. 돌고래

□ chim 찜 n. 새

　□ cánh 까잉 n. 날개

　□ lông vũ 롱 부 n. 깃털

　□ mỏ 머 n. 부리

　Chim rỉa lông bằng mỏ.
　찜 지어 롱 방 머
　새는 부리로 깃털을 다듬어요.

□ trứng 쯩 n. 알; 달걀

　□ ấp trứng 업 쯩 v. 알을 품다

　□ tổ chim 또 찜 n. 둥지

□ vịt 빋 n. 오리

□ ngỗng 응옹 n. 거위

□ chim sẻ 찜 쌔 n. 참새

□ chim bồ câu 찜 보 꺼우 n. 비둘기

□ chim đại bàng 찜 다이 방 n. 독수리

□ chim hải âu 찜 하이 어우 n. 갈매기

□ chim gõ kiến 찜 거 끼엔 n. 딱따구리

□ công 꽁 n. 공작

□ cú 꾸 n. 부엉이

□ chim cánh cụt 찜 까잉 꾿 n. 펭귄

□ cá 까 n. 물고기

□ đuôi cá 두오이 까 n. (물고기) 꼬리

□ mang cá 망 까 n. 아가미

□ vây cá 버이 까 n. 지느러미

□ vảy cá 바이 까 n. 비늘

Cá thở bằng mang.
까 터 방 망
물고기는 아가미로 숨을 쉽니다.

□ cá nhiệt đới 까 니엔 더이 n. 열대어

□ bể cá 베 까 n. 어항

Tôi đang nuôi cá nhiệt đới ở bể cá trong phòng khách.
또이 당 누오이 까 니엔 더이 어 베 까 쩡 펑 카익
거실의 어항에서 열대어를 키우고 있어요.

□ cá mập 까 멉 n. 상어

□ cá thu 까 투 n. 고등어

□ cá hồi 까 호이 n. 연어

□ cá chép 까 쩹 n. 잉어

□ bạch tuộc 바익 뚜옥 n. 문어

□ trăn 짠 n. 비단뱀

□ thằn lằn 탄 란 n. 도마뱀

Ở Việt Nam, thằn lằn được xem là động vật có ích.
어 비엗 남, 탄 란 드억 쎔 라 동 벋 꺼 익
베트남에서 도마뱀은 이로운 동물로 알려져 있어요.

□ rùa 주어 n. 거북

□ cá sấu 까 써우 n. 악어

□ ếch 에익 n. 개구리

□ nòng nọc 넝 넙 n. 올챙이

□ ốc sên 옥 쎈 n. 달팽이

□ nhện 녠 n. 거미

□ côn trùng 꼰 쭝 n. 곤충

□ sâu bọ 써우 버 n. 벌레

Hồi còn nhỏ, tôi đã rất sợ côn trùng.
호이 껀 녀, 또이 다 젇 써 꼰 쭝
저는 어렸을 때 벌레를 정말 무서워했어요.

□ bướm 브엄 n. 나비

□ ong 엉 n. 꿀벌

□ kiến 끼엔 n. 개미

□ chuồn chuồn 쭈온 쭈온 n. 잠자리

□ ve 베 n. 매미

□ ruồi 주오이 n. 파리

□ gián 잔 n. 바퀴벌레

□ muỗi 무오이 n. 모기

Hãy cẩn thận để không bị muỗi đốt trên núi.
하이 껀 턴 데 콩 비 무오이 돋 쩬 누이
산에서 모기에 물리지 않게 조심하세요.

□ thực vật 특 벋 n. 식물

□ trồng 쫑 v. 심다

□ cây 꺼이 n. 나무

- □ cành 까잉 n. 나뭇가지
- □ lá 라 n. 나뭇잎
- □ rễ 제 n. 뿌리

Tôi đã trồng cây ở trong sân nhà.
또이 다 쫑 꺼이 어 쩡 썬 냐
집 마당에 나무를 심었어요.

□ cỏ 꺼 n. 풀

□ tảo 따오 n. 해초

□ hoa 호아 n. 꽃

- □ nụ hoa 누 호아 n. 꽃봉오리
- □ cánh hoa 까잉 호아 n. 꽃잎
- □ nở 너 v. 꽃이 피다

□ hồng 홍 n. 장미

Hãy tặng hoa hồng cho bạn gái anh vào ngày Phụ nữ Việt Nam.
하이 땅 호아 홍 쩌 반 가이 아잉 바오 응아이 푸 느 비엔 남
베트남에서 여성의 날에는 여자 친구에게 장미를 선물해요.

□ loa kèn 롸 껜 n. 백합

□ tulip 뛸립 n. 튤립

□ hướng dương 흐엉 즈엉 n. 해바라기

□ sen 쎈 n. 연꽃

□ quả 꾸아 n. 열매

□ hạt 핟 n. 씨, 씨앗

□ tưới nước 뜨어이 느억 v. 물을 주다

□ héo 헤오 a. 시들다

□ nhổ 뇨 v. 뽑다

09. 반려동물

꼭! 써먹는 **실전 회화**

Linh Cậu có nuôi thú gì làm cảnh không?
꺼우 꺼 누오이 투 지 람 까잉 콩?
너 반려동물 키우니?

Hương Mình nuôi chó được 3 năm rồi.
밍 누오이 쩌 드억 바 남 조이
개 키운 지 3년째야.

Linh Nuôi chó trong nhà không vất vả à?
누오이 쩌 쩡 냐 콩 벋 바 아?
집에서 개 키우기 힘들지 않아?

Hương Không. Chó nhà mình được huấn luyện rất tốt.
Mình còn muốn nuôi một con mèo nữa.
콩. 쩌 냐 밍 드억 후언 루이엔 젇 똗. 밍 껀 무온 누오이 몯 껀 메오 느어
아니, 우리 개는 잘 훈련되었거든. 난 고양이도 한 마리 키우고 싶어.

연습 문제

다음 단어를 읽고 맞는 뜻과 연결하세요.

1. buổi đêm	•	• 가을
2. buổi sáng	•	• 개
3. cây	•	• 겨울
4. chó	•	• 꽃
5. động vật	•	• 나무
6. hoa	•	• 동물
7. mùa đông	•	• 밤
8. mùa hè	•	• 봄
9. mùa thu	•	• 시간
10. mùa xuân	•	• 식물
11. thời gian	•	• 아침
12. thực vật	•	• 여름

1. buổi đêm – 밤 2. buổi sáng – 아침 3. cây – 나무 4. chó – 개
5. động vật – 동물 6. hoa – 꽃 7. mùa đông – 겨울 8. mùa hè – 여름
9. mùa thu – 가을 10. mùa xuân – 봄 11. thời gian – 시간 12. thực vật – 식물

Chương 4

Bài 10.

집 Nhà 냐

□ nhà 냐
n. 집

□ phòng 펑
n. 방

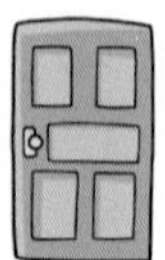

□ cửa 끄아
n. 문

□ thềm nhà 템 냐
n. 현관

□ chìa khóa 찌아 코아
n. 열쇠

□ cửa sổ 끄아 쏘
n. 창문

□ chuông cửa
쭈옹 끄아 n. 초인종

□ hàng rào 항 자오
n. 울타리

□ vườn 브언
n. 정원

□ cầu thang 꺼우 탕
n. 계단

□ phòng gác mái
펑 각 마이 n. 다락방

□ mái nhà 마이 냐
n. 지붕

□ ống khói 옹 커이
n. 굴뚝

□ tầng 떵
n. 층

□ tầng hầm 떵 험
n. 지하층

□ trần nhà 쩐 냐
n. 천장

□ tường 뜨엉
n. 벽

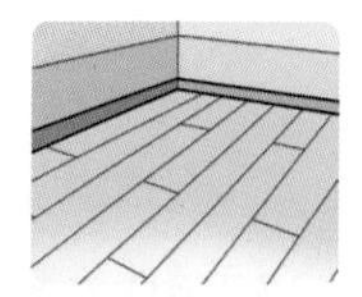

□ sàn nhà 싼 냐
n. 바닥

□ phòng tiếp khách
펑 띠엡 카익 n. 응접실

□ đồ đạc 도 닥
n. 가구

□ sô pha 소파
n. 소파

□ bàn 반
n. 탁자

□ ti vi 띠 브이
n. 텔레비전

□ đèn 덴
n. 램프, 전등

□ bàn học 반 헙
n. 책상

□ ghế 게
n. 의자

□ ngăn kéo 응안 께오
n. 서랍

□ giường 즈엉
n. 침대

□ tủ quần áo
뚜 꾸언 아오 n. 장롱, 옷장

□ kệ để đồ 께 데 도
n. 선반

□ phòng ăn 펑 안
n. 식당

□ phòng bếp 펑 벱
n. 부엌

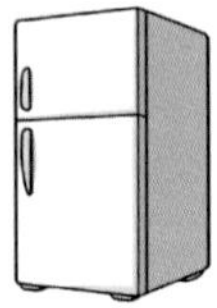

□ tủ lạnh 뚜 라잉
n. 냉장고

□ lò nướng 러 느엉
n. 오븐

□ bếp ga 벱 가
n. 가스레인지

□ lò vi sóng 러 브이 썽
n. 전자레인지

□ máy xay 마이 싸이
n. 믹서

□ máy nướng bánh mỳ
마이 느엉 바잉 미 n. 토스터

□ máy rửa bát 마이 즈아 받
n. 식기세척기

□ bồn rửa bát 본 즈아 받
n. 개수대

□ phòng tắm 펑 땀
n. 욕실

□ rửa 즈아
v. 씻다

□ tắm 땀
v. 목욕하다

□ vòi hoa sen
버이 화 쎈 n. 샤워기

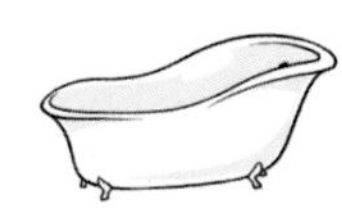

□ bồn tắm 본 땀
n. 욕조

□ bồn rửa mặt
본 즈아 맏 n. 세면대

□ vòi nước 버이 느억
n. 수도꼭지

□ phòng vệ sinh
펑 베 씽 n. 화장실

□ bồn cầu 본 꺼우
n. 변기

□ thùng rác 퉁 작
n. 쓰레기통

□ dọn dẹp 전 젭
v. 청소하다, 깨끗이 하다

□ lau 라우
v. (걸레로) 닦다

□ quét 꾸엗
v. 쓸다, 비질하다

□ máy hút bụi
마이 훋 부이 n. 청소기

□ máy giặt 마이 잗
n. 세탁기

□ nhà 냐 n. 집

Tôi đã đỗ xe máy trước nhà.
또이 다 도 쎄 마이 쯔억 냐
저는 오토바이를 집 앞에 주차했어요.

□ phòng 펑 n. 방

□ phòng ăn 펑 안 n. 식당

□ phòng ngủ 펑 응우 n. 침실

□ phòng tắm 펑 땀 n. 욕실

□ phòng khách 펑 카익 n. 거실

Cả nhà đang xem ti vi trong phòng khách.
까 냐 당 쎔 띠 브이 쩡 펑 카익
온 가족이 거실에서 TV를 보고 있어요.

□ lối ra vào 로이 자 바오 n. 출입구

□ thềm nhà 템 냐 n. 현관

□ chìa khóa 찌아 코아 n. 열쇠

□ cửa 끄아 n. 문

□ cửa sổ 끄아 쏘 n. 창문

□ mở 머 v. 열다

□ đóng 덩 v. 닫다

Làm ơn đóng cửa sổ dùm tôi.
람 언 덩 끄아 쏘 줌 또이
창문 좀 닫아 주세요.

□ chuông cửa 쭈옹 끄아 n. 초인종

Ai đó đã ấn chuông lúc đêm khuya.
아이 더 다 언 쭈옹 룩 뎀 쿠이어
누가 밤늦게 초인종을 눌렀어요.

□ vườn 브언 n. 정원

□ sân 썬 n. 마당

□ hàng rào 항 자오 n. 울타리

□ cầu thang 꺼우 탕 n. 계단
= cầu thang bộ 꺼우 탕 보

□ thang máy 탕 마이 n. 승강기, 엘리베이터

Tòa nhà này không có thang máy nên phải đi lên bằng cầu thang bộ.
또아 냐 나이 콩 꺼 탕 마이 넨 파이 디 렌 방 꺼우 탕 보
이 건물엔 승강기가 없기 때문에 계단으로 올라가야 해요.

□ tầng 떵 n. 층
□ tầng hầm 떵 험 n. 지하층

□ phòng gác mái 펑 각 마이 n. 다락방

Tường Lan đang sống trong căn nhà có phòng gác mái.
뜨엉 란 당 쏭 쩡 깐 냐 꺼 펑 각 마이
뜨엉란 씨는 다락방이 있는 집에 살고 있다.

□ mái nhà 마이 냐 n. 지붕

□ ống khói 옹 커이 n. 굴뚝

□ trần nhà 쩐 냐 n. 천장

□ tường 뜨엉 n. 벽

□ sàn nhà 싼 냐 n. 바닥

□ phòng tiếp khách 펑 띠엡 카익 n. 응접실

□ đồ đạc 도 닥 n. 가구

□ bàn 반 n. 탁자

□ bàn học 반 헙 n. 책상

Tôi đã tìm thấy bàn để máy vi tính vừa với phòng của mình.
또이 다 띰 터이 반 데 마이 브이 띵 브아 버이 펑 꿔 밍
내 방에 꼭 맞는 컴퓨터용 책상을 찾았어요.

□ ghế 게 n. 의자

□ ghế ngả 게 응아 n. (1인용) 안락의자

Tôi có thể ngồi vào ghế này không?
또이 꺼 테 응오이 바오 게 나이 콩?
이 의자에 앉아도 돼요?

□ sô pha 소파 n. 소파

□ rèm 젬 n. 커튼

□ ti vi 띠 브이 n. 텔레비전

□ giường 즈엉 n. 침대

□ giường xếp 즈엉 쎕 간이 침대
□ giường gấp di động 즈엉 겁 지 동 이동식 침대
□ giường gấp 즈엉 겁 접이식 침대
□ cũi 꾸이 n. 요람
□ giường đôi 즈엉 도이 트윈 베드

□ tủ quần áo 뚜 꾸언 아오 n. 장롱, 옷장

Tôi cần anh giúp để chuyển tủ quần áo.
또이 껀 아잉 줍 데 쭈이엔 뚜 꾸언 아오
옷장을 옮기는 데 당신의 도움이 필요해요.

□ kệ để đồ 께 데 도 n. 선반

□ tủ để đồ 뚜 데 도 n. 수납장

□ ngăn kéo 응안 깨오 n. 서랍

□ gương 그엉 n. 거울

□ đèn 덴 n. 램프, 전등

□ móc áo 멉 아오 n. (어깨 모양의) 옷걸이
= mắc áo 막 아오

□ phòng bếp 펑 벱 n. 부엌

□ tủ lạnh 뚜 라잉 n. 냉장고
Có phải rửa hoa quả và rau trước khi cho vào tủ lạnh không?
꺼 파이 즈아 호아 꾸아 바 자우 쯔억 키 쩌 바오 뚜 라잉 콩?
냉장고에 넣기 전 과일과 채소를 씻어야 하나요?

□ bếp ga 벱 가 n. 가스레인지

□ lò vi sóng 러 브이 썽 n. 전자레인지

□ lò nướng 러 느엉 n. 오븐

□ máy xay 마이 싸이 n. 믹서

□ máy nướng bánh mỳ 마이 느엉 바잉 미 n. 토스터

□ rửa bát 즈아 받 v. 설거지하다

□ máy rửa bát 마이 즈아 받 n. 식기세척기

□ bồn rửa bát 본 즈아 받 n. 개수대

□ rửa 즈아 v. 씻다

□ tắm 땀 v. 목욕하다

Tôi định đi tắm.
또이 딩 디 땀
목욕하려고 해요.

□ bồn tắm 본 땀 n. 욕조

□ vòi hoa sen 버이 호아 쎈 n. 샤워기

□ bồn rửa mặt 본 즈아 맏 n. 세면대

Bồn rửa mặt bị tắc rồi.
본 즈아 맏 비 딱 조이
세면대가 막혔어요.

□ vòi nước 버이 느억 n. 수도꼭지

□ xà phòng 싸 펑 n. 비누

□ phòng vệ sinh 펑 베 씽 n. 화장실
= nhà vệ sinh 냐 베 씽

Nhà vệ sinh ở đâu?
냐 베 씽 어 더우?
화장실이 어디 있어요?

□ bồn cầu 본 꺼우 n. 변기

□ rác 작 n. 쓰레기
□ thùng rác 퉁 작 n. 쓰레기통
□ vứt rác 븓 작 v. 쓰레기를 버리다

Anh ấy vẫn chưa dọn thùng rác.
아잉 어이 번 쯔아 전 퉁 작
그는 아직 쓰레기통을 비우지 않았어요.

Đừng vứt rác bừa bãi.
등 븓 작 브아 바이
쓰레기를 함부로 버리지 마세요.

□ dọn dẹp 전 젭 v. 청소하다, 깨끗이 하다

Mẹ đang dọn dẹp nhà.
메 당 전 젭 냐
엄마는 집을 청소하고 계세요.

□ lau 라우 v. (걸레로) 닦다

□ cọ 꺼 v. (솔로) 닦다

□ quét 꾸엣 v. 쓸다, 비질하다

□ máy hút bụi 마이 훗 부이 n. 청소기

□ giặt 잦 v. 세탁하다, 빨래하다

□ máy giặt 마이 잦 n. 세탁기

10. 설거지

꼭! 써먹는 **실전 회화**

Linh Việt, anh có thể rửa bát giúp em không?
비엣, 아잉 꺼 테 즈아 받 줍 엠 콩?
비엣, 설거지해 줄 수 있니?

Việt Không được, cả ngày hôm nay anh đã lau các phòng và nhà vệ sinh rồi!
콩 드억, 까 응아이 홈 나이 아잉 다 라우 깍 펑 바 냐 베 씽 조이!
안 돼, 방 전부와 화장실까지 하루 종일 청소했다구!

Linh Em biết. Nhưng mà em phải đi ra ngoài.
Anh giúp em thêm lần này nữa nhé.
엠 비엣. 니응 마 엠 파이 디 자 응오아이. 아잉 줍 엠 템 런 나이 느아 냬
그래. 하지만 난 나가야 하거든. 한 번만 더 부탁해.

Việt Thôi được rồi. Nhưng mà chỉ lần này thôi đấy.
토이 드억 조이. 니응 마 찌 런 나이 토이 더이
알았어. 하지만 이번만이야.

Bài 11.

옷 Quần áo 꾸언 아오

□ quần áo 꾸언 아오
n. 옷

□ mặc quần áo
막 꾸언 아오
옷을 입다

□ cởi quần áo
꺼이 꾸언 아오
옷을 벗다

□ quần 꾸언 n. 바지

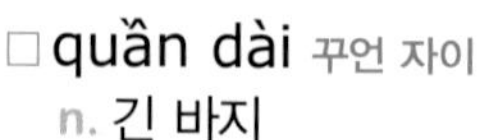

□ quần dài 꾸언 자이
n. 긴 바지

□ quần lửng 꾸언 릉
n. (무릎 아래) 반바지

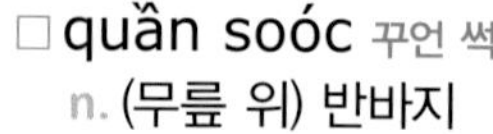

□ quần soóc 꾸언 썩
n. (무릎 위) 반바지

□ quần bò 꾸언 버
n. 청바지

□ áo sơ mi 아오 써 미
n. 와이셔츠

□ áo thun 아오 툰
= áo phông 아오 퐁
n. 티셔츠

□ áo phông ba lỗ
아오 퐁 바 로
n. 민소매 셔츠

□ com lê 껌 레
n. 양복

□ áo vét 아오 벧
n. 재킷

□ áo khoác ngoài
아오 코악 응오아이 n. 점퍼

□ áo dạ 아오 자
n. 코트

□ áo phao 아오 파오
n. 패딩

□ chân váy 쩐 바이
n. 치마

□ váy liền thân
바이 리엔 턴
n. 원피스, 드레스

□ áo dài 아오 자이
n. 아오자이

□ áo cánh nữ
아오 까잉 느
n. 블라우스

□ đồ lót 도 럳
n. 속옷

□ đồ lót nữ 도 럳 느
n. 여성 속옷

□ đồ ngủ 도 응우
n. 잠옷

□ quần áo bơi
꾸언 아오 버이 n. 수영복

□ quần áo thể thao
꾸언 아오 테 타오 n. 운동복

□ áo mưa 아오 므아
n. 우비

□ khăn 칸
n. 스카프, 목도리

□ mũ bảo hiểm
무 바오 히엠 n. 헬멧

□ dây lưng 저이 릉
= thắt lưng 탇 릉
n. 허리띠, 벨트

□ găng tay 강 따이
n. 장갑

□ mũ 무 n. 모자

□ mũ lưỡi trai
무 르어이 짜이 n. 캡 모자

□ nón 넌
n. 농, 베트남 전통 모자

□ cà vạt 까 받
n. 넥타이

□ tất 떧
n. 양말

□ giày 자이 n. 신발, 구두

□ giày thể thao
자이 테 타오 n. 운동화

□ ủng 웅 n. 장화

□ xăng đan 쌍 단
= dép quai hậu
잽 꾸아이 허우
n. 샌들

□ dép lê 잽 레
n. 슬리퍼

□ kính 낑
n. 안경

□ kính râm 낑 점
n. 선글라스

□ túi 뚜이
n. 가방, 주머니

□ túi xách 뚜이 싸익
n. 핸드백

□ va ly 바 리
n. 여행용 가방

□ ví 브이
n. 지갑

□ đá quí 다 꾸이 n. 보석

□ đồ trang sức 도 짱 쓱
n. 장신구, 액세서리

□ vòng cổ 벙 꼬
n. 목걸이

□ vòng tay 벙 따이
n. 팔찌

□ khuyên tai 쿠이엔 따이
n. 귀걸이

□ nhẫn 년
n. 반지

□ đeo 데오
v. 착용하다

□ quần áo 꾸언 아오 n. 옷
　□ mặc quần áo 막 꾸언 아오 옷을 입다
　□ cởi quần áo 꺼이 꾸언 아오 옷을 벗다

□ quần 꾸언 n. 바지
　□ quần dài 꾸언 자이 n. 긴 바지
　□ quần lửng 꾸언 릉 n. (무릎 아래) 반바지
　□ quần soóc 꾸언 썩 n. (무릎 위) 반바지
　□ quần bò 꾸언 버 n. 청바지

Dạo này thời tiết nóng quá nên tôi thường mặc quần lửng.
자오 나이 터이 띠엔 넝 꾸아 넨 또이 트엉 막 꾸언 릉
전 요즘 날씨가 너무 더워서 반바지를 입어요.

□ trang phục chỉnh tề 짱 푹 찡 떼 n. 정장

□ com lê 껌 레 n. 양복

Bộ com lê này phải giặt ở tiệm giặt là.
보 껌 레 나이 파이 잗 어 띠엠 잗 라
이 양복은 세탁소에 맡겨야 해요.

□ áo sơ mi 아오 써 미 n. 와이셔츠

□ áo thun 아오 툰 n. 티셔츠
　= áo phông 아오 퐁

□ áo vét 아오 벧 n. 재킷

Anh ấy hợp với áo vét màu đen.
아잉 어이 헙 버이 아오 벧 마우 덴
그는 검은색 재킷이 잘 어울려요.

□ áo len 아오 렌 n. 스웨터

□ áo gi lê 아오 지 레 n. 조끼

□ áo khoác ngoài 아오 코악 응오아이 n. 점퍼

□ áo dạ 아오 자 n. 코트

□ áo phao 아오 파오 n. 패딩

□ chân váy 쩐 바이 n. 치마

□ váy ngắn 바이 응안 n. 미니스커트

□ váy xếp ly 바이 쎕 리 n. 주름치마

□ váy liền thân 바이 리엔 턴 n. 원피스, 드레스

□ váy cưới 바이 끄어이 n. 웨딩드레스

= áo cưới 아오 끄어이

□ đầm dạ hội 덤 자 호이 n. (야간) 파티드레스

Loan đang mặc chân váy màu xanh lá cây.
로안 당 막 쩐 바이 마우 싸잉 라 꺼이
로안은 초록색 치마를 입고 있어요.

□ áo dài 아오 자이 n. 아오자이

tip. 아오자이는 베트남의 전통 의상입니다.
하노이나 호찌민 등 대도시의 많은 고등학교에서 아오자이를 여학생의 교복으로 사용합니다.
학생이 입는 아오자이는 항상 순수함과 청순함의 상징인 흰색입니다.
흔히 베트남 하면 흰색 아오자이를 입은 젊은 여자가 자전거를 타는 모습을 많이 떠올리지요.
일상생활에서도 아오자이를 많이 입는데, 특히 결혼식 전에 신랑, 신부를 소개하고 양가 가족에게 인사하는 자리인 lễ ăn hỏi 레 안 호이에서 신부는 대부분 빨간 아오자이를 입는 풍습이 있습니다. 예전에는 신랑이 파란색 아오자이를 입었지만 요즘은 거의 양복을 입습니다.

□ áo cánh nữ 아오 까잉 느 n. 블라우스

□ đồ lót 도 럳 n. 속옷

□ đồ lót nữ 도 럳 느 n. 여성 속옷

□ đồ ngủ 도 응우 n. 잠옷

□ quần áo bơi 꾸언 아오 버이 n. 수영복

□ quần áo thể thao 꾸언 아오 테 타오 n. 운동복

□ áo mưa 아오 므아 n. 우비

□ khăn 칸 n. 스카프, 목도리

□ khẩu trang 커우 짱 n. 마스크

Anh phải đeo khẩu trang và đội mũ bảo hiểm khi đi xe máy nhé.
아잉 파이 데오 커우 짱 바 도이 무 바오 히엠 키 디 쌔 마이 녜
오토바이를 탈 땐 마스크와 헬멧을 꼭 써야 해요.

□ mũ bảo hiểm 무 바오 히엠 n. 헬멧

□ áo chống nắng 아오 쫑 낭 햇볕을 가리는 옷

tip. 베트남 여성들은 여름에 오토바이를 탈 때 áo chống nắng 아오 쫑 낭으로 햇볕을 가립니다.

□ dây lưng 저이 릉 n. 허리띠, 벨트
= thắt lưng 탈 릉

□ găng tay 강 따이 n. 장갑

□ mũ 무 n. 모자

□ mũ lưỡi trai 무 르어이 짜이 n. 캡 모자

□ nón 넌 n. 농, 베트남 전통 모자

Đội nón lúc trời nắng sẽ rất mát.
도이 넌 룩 쩌이 낭 쌔 젓 맏
햇볕이 뜨거울 땐 농을 쓰는 게 좋아요.

□ cà vạt 까 받 n. 넥타이

□ tất 떧 n. 양말

□ giày 자이 n. 신발, 구두
□ giày da 자이 자 n. 가죽 구두
□ giày thể thao 자이 테 타오 n. 운동화

Tôi thường xuyên đi giày thể thao.
또이 트엉 쑤이엔 디 자이 테 타오
저는 주로 운동화를 신어요.

□ ủng 웅 n. 장화

□ xăng đan 쌍 단 n. 샌들
= dép quai hậu 잽 꾸아이 허우

tip. dép quai hậu는 보통 학생들이 신는 굽 없는 샌들을 말합니다.

Tôi muốn đặt một đôi xăng đan vừa với chân mình.
또이 무온 닫 몯 도이 쌍 단 브아 버이 쩐 밍
제게 딱 맞는 샌들을 맞추고 싶어요.

□ dép lê 잽 레 n. 슬리퍼

□ dép đi trong nhà 잽 디 쩡 냐 n. 실내화

□ kính 낑 n. 안경
□ kính râm 낑 점 n. 선글라스

□ túi 뚜이 n. 가방, 주머니
□ túi xách 뚜이 싸익 n. 핸드백
□ túi áo 뚜이 아오 n. 상의 주머니
□ túi quần 뚜이 꾸언 n. 바지 주머니

□ va ly 바 리 n. 여행용 가방

□ ba lô 바 로 n. 배낭

□ ví 브이 n. 지갑

Tôi bị móc ví ở công viên.
또이 비 멉 브이 어 꽁 비엔
공원에서 지갑을 소매치기 당했어요.

□ đá quí 다 꾸이 n. 보석

□ đồ trang sức 도 짱 쓱 n. 장신구, 액세서리
□ vòng cổ 벙 꼬 n. 목걸이
□ vòng tay 벙 따이 n. 팔찌
□ khuyên tai 쿠이엔 따이 n. 귀걸이

□ nhẫn 년 n. 반지

□ cái cài áo 까이 까이 아오 n. 브로치

□ chạy theo mốt 짜이 테오 몯 유행에 뒤지다

□ hợp 헙 v. 어울리다

□ đeo 데오 v. 착용하다

□ ống tay 옹 따이 n. 소매

□ áo dài tay 아오 자이 따이 n. 긴팔

□ áo cộc tay 아오 꼽 따이 n. 반팔

□ áo ba lỗ 아오 바 로 n. 민소매

□ áo phông ba lỗ 아오 퐁 바 로 n. 민소매 셔츠

□ cổ áo 꼬 아오 n. 옷깃

□ khóa kéo 코아 께오 n. 지퍼

□ khóa quần 코아 꾸언 n. 바지 지퍼

Khóa quần bò bị hỏng rồi.
코아 꾸언 버 비 헝 조이
청바지 지퍼가 고장 났어요.

□ lụa 루아 n. 실크

□ sợi bông 써이 봉 n. 면, 면직물

□ len lông cừu 렌 롱 끄우 n. 양모

Cái áo dạ này 90% len lông cừu đấy ạ.
까이 아오 자 나이 찐 므어이 펀 쩜 렌 롱 끄우 더이 아
이 코트는 양모 90%예요.

□ vải tổng hợp 바이 똥 헙 n. 합성 섬유

□ da 자 n. 가죽

Giặt áo khoác da như thế nào ạ?
잘 아오 코악 자 니으 테 나오 아?
가죽 점퍼는 어떻게 세탁하나요?

□ đường nét 드엉 넫 n. 무늬

□ sọc vằn 썹 반 n. 줄무늬

□ kẻ ca rô 께 까 조 n. 체크무늬

□ hình giọt nước 힝 젇 느억 n. 물방울무늬

Anh ấy thường mặc áo sơ mi kẻ ca rô.
아잉 어이 트엉 막 아오 써 미 께 까 로
그는 체크무늬 셔츠를 자주 입어요.

□ thêu 테우 n. 자수

□ rực rỡ 즉 저 a. 화려하다

11. 새 옷

꼭! 써먹는 **실전 회화**

Linh Mình phải đi mua quần áo mới để mặc trong đám cưới chị gái mới được.
밍 파이 디 무어 꾸언 아오 머이 데 막 쩡 담 끄어이 찌 가이 머이 드억
언니 결혼식에서 입을 새 옷을 장만해야겠어.

Hương Cậu đã nghĩ xem sẽ mua gì chưa?
꺼우 다 응이 쌤 쌔 무어 지 쯔아?
특별히 찾는 게 있어?

Linh Mình muốn mua một cái váy liền thân màu hồng.
밍 무온 무어 몯 까이 바이 리엔 턴 마우 홍
분홍색 원피스를 찾고 있어.

Hương Thế chúng mình đi xem nhé?
테 쭝 밍 디 쌤 냬?
그럼 한 번 보러 갈래?

Bài 12.

음식 Thức ăn 특 안

□ thức ăn 특 안
n. 음식

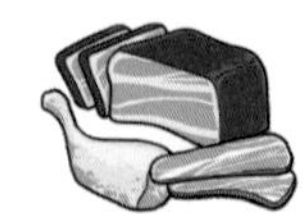

□ thịt 팉
n. 고기

□ thịt bò 팉 버
n. 쇠고기

□ thịt lợn 팉 런
n. 돼지고기

□ thịt gà 팉 가
n. 닭고기

□ thịt dê 팉 제
n. 양고기

□ gạo 가오
n. 쌀

□ phở 퍼
n. 쌀국수

□ mỳ Ý 미 이
n. 스파게티

□ hải sản 하이 싼
n. 해산물

□ mực 믁
n. 오징어

□ tôm 똠
n. 새우

□ ngao 응아오
n. 조개

□ cá 까
n. 생선, 물고기

□ cá ngừ 까 응으
n. 참치

□ đỗ 도
n. 콩

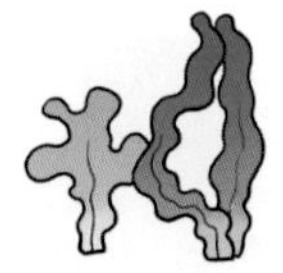

□ tảo biển 따오 비엔
n. 해초

□ rau 자우
n. 채소

□ hành tây 하잉 떠이
n. 양파

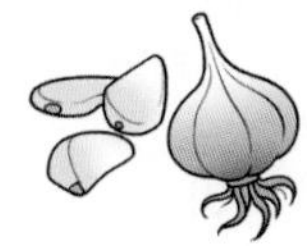

□ tỏi 떠이
n. 마늘

□ rau diếp 자우 지엡
n. 상추

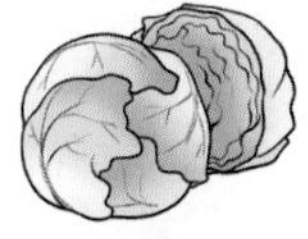

□ bắp cải 밥 까이
n. 양배추

□ dưa chuột 즈어 쭈옫
n. 오이

□ cà tím 까 띰
n. 가지

□ giá đỗ 자 도
n. 숙주

□ cà chua 까 쭈어
n. 토마토

□ ngô 응오
n. 옥수수

□ cà rốt 까 졷
n. 당근

□ củ cải 꾸 까이
n. 무

□ khoai lang
코아이 랑 n. 고구마

□ hoa quả 호아 꾸아
n. 과일

□ táo 따오
n. 사과

□ dâu tây 저우 떠이
n. 딸기

□ cam 깜
n. 오렌지

□ đào 다오
n. 복숭아

□ chuối 쭈오이
n. 바나나

□ dưa hấu 즈어 허우
n. 수박

□ dừa 즈어
n. 코코넛

□ anh đào 아잉 다오
n. 체리

□ xoài 쏘아이
n. 망고

□ măng cụt 망 꿋
n. 망고스틴

□ thanh long 타잉 렁
n. 용과

□ đu đủ 두 두
n. 파파야

□ chôm chôm
쫌 쫌 n. 람부탄

□ dứa 즈어
n. 파인애플

□ dưa lưới 즈어 르어이
n. 멜론

□ mít 밋
n. 잭프루트

□ sầu riêng 써우 지엥
n. 두리안

□ đồ uống 도 우옹
n. 음료

□ sữa 쓰어
n. 우유

□ trà 짜
= chè 쩨
n. 차

□ muối 무오이
n. 소금

□ đường 드엉
n. 설탕

□ hạt tiêu 할 띠에우
n. 후추

□ thái 타이
v. 썰다, 자르다

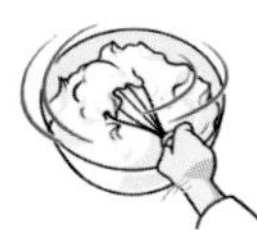

□ trộn 쫀
v. 섞다

□ nướng 느엉
v. 굽다

□ đun sôi 둔 쏘이
v. 끓이다

□ luộc 루옥
v. 삶다

□ rán 잔
v. 튀기다

□ nhúng qua 늉 꾸아
v. 데치다

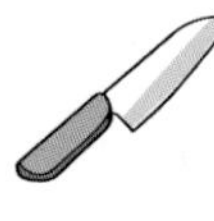

□ dao 자오
n. 칼

□ nồi 노이
n. 냄비

□ chảo 짜오
n. 프라이팬

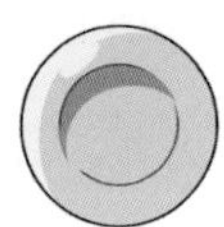

□ đĩa 디아
n. 접시

□ khay 카이
n. 쟁반

□ thức ăn 특 안 n. 음식

□ thực phẩm 특 펌 n. 식품

□ bữa ăn 브어 안 n. 식사

□ thịt 틷 n. 고기

□ thịt bò 틷 버 n. 쇠고기

□ thịt lợn 틷 런 n. 돼지고기

□ thịt gà 틷 가 n. 닭고기

□ thịt dê 틷 제 n. 양고기

Thịt bò nướng ở quán ăn đó rất ngon.
틷 버 느엉 어 꾸안 안 더 젇 응언
저 가게의 소고기 바비큐는 정말 맛있어요.

□ gạo 가오 n. 쌀

□ phở 퍼 n. 쌀국수

□ nem cuốn 넴 꾸온 n. 월남쌈

□ bún 분 n. 국수

□ cơm 껌 n. 밥

□ bột mì 볻 미 n. 밀가루

□ mỳ Ý 미 이 n. 스파게티

□ hải sản 하이 싼 n. 해산물

Tôi đã làm món cơm rang hải sản thành công.
또이 다 람 먼 껌 장 하이 싼 타잉 꽁
해산물 볶음밥을 만드는 데 성공했어요.

□ mực 믁 n. 오징어

□ tôm 똠 n. 새우

□ ngao 응아오 n. 조개

□ cua 꾸어 n. 게

□ cá 까 n. 생선, 물고기

□ cá cơm 까 껌 n. 멸치

□ cá ngừ 까 응으 n. 참치

□ cá thu 까 투 n. 고등어

□ đỗ 도 n. 콩

= đậu 더우

□ đậu hà lan 더우 하 란 n. 완두콩

Bọn trẻ rất ghét ăn đỗ.
번 쩨 젓 겓 안 도
아이들은 콩을 싫어해요.

□ tảo biển 따오 비엔 n. 해초

□ rau 자우 n. 채소

Anh ấy đã rửa rau và bóc vỏ hành tây rồi.
아잉 어이 다 즈어 자우 바 법 버 하잉 떠이 조이
그는 채소를 모두 씻고 양파 껍질을 벗겨요.

□ hành tây 하잉 떠이 n. 양파

□ tỏi 떠이 n. 마늘

□ rau diếp 자우 지엡 n. 상추

□ bắp cải 밥 까이 n. 양배추

□ rau chân vịt 자우 쩐 빋 n. 시금치

□ ớt 얻 n. 고추

□ ớt chuông 얻 쭈옹 n. 피망

□ dưa chuột 즈어 쭈옫 n. 오이

□ cà tím 까 띰 n. 가지

□ giá đỗ 자 도 n. 숙주

□ rau mùi 자우 무이 n. 고수

Làm ơn đừng cho rau mùi vào bát phở của tôi.
람 언 등 쩌 자우 무이 바오 받 퍼 꿔 또이
제 쌀국수에 고수는 넣지 말아 주세요.

□ cà chua 까 쭈어 n. 토마토

□ ngô 응오 n. 옥수수

□ cà rốt 까 좉 n. 당근

□ củ cải 꾸 까이 n. 무

□ khoai tây 코아이 떠이 n. 감자

□ khoai lang 코아이 랑 n. 고구마

□ hoa quả 호아 꾸아 n. 과일

tip. 남부에서는 과일을 trái cây 짜이 꺼이라고 합니다.

□ chín 찐 v. 익다

□ táo 따오 n. 사과

□ lê 레 n. 배

□ dâu tây 저우 떠이 n. 딸기

□ cam 깜 n. 오렌지

□ chanh 짜잉 n. 라임

□ nho 녀 n. 포도

□ đào 다오 n. 복숭아

□ chuối 쭈오이 n. 바나나

□ dừa 즈어 n. 코코넛

Khi bị khát, uống nước dừa là số một.
키 비 칻, 우옹 느억 즈아 라 쏘 몯
갈증이 날 때에는 코코넛 주스가 최고예요.

□ dưa hấu 즈어 허우 n. 수박

□ anh đào 아잉 다오 n. 체리

□ xoài 쏘아이 n. 망고

□ măng cụt 망 꾿 n. 망고스틴

□ quả bơ 꾸아 버 n. 아보카도

□ thanh long 타잉 렁 n. 용과

Hình dáng của quả thanh long rất nổi bật.
힝 장 꿔 꾸아 타잉 렁 전 노이 벋
용과는 모양이 굉장히 화려해요.

□ đu đủ 두 두 n. 파파야

□ chôm chôm 쫌 쫌 n. 람부탄

□ dứa 즈어 n. 파인애플

□ dưa lưới 즈어 르어이 n. 멜론

□ mít 믿 n. 잭프루트

□ sầu riêng 써우 지엥 n. 두리안

Sầu riêng được coi là vua của các loại hoa quả.
써우 지엥 드억 꺼이 라 부어 꿔 깍 로아이 호아 꾸아
두리안은 과일의 왕이라고 불려요.

□ đồ uống 도 우옹 n. 음료

□ nước 느억 n. 물

□ sữa 쓰어 n. 우유

□ rượu vang 지에우 방 n. 와인

□ trà 짜 n. 차
= chè 쩨

□ chai 짜이 n. 병

□ cốc 꼽 n. 잔

Cho tôi xin một cốc nước.
쩌 또이 씬 몯 꼽 느억
물 한 잔 주세요.

□ gia vị 자 브이 n. 양념

□ muối 무오이 n. 소금

□ đường 드엉 n. 설탕

Xin đừng bỏ đường vào cà phê của tôi.
씬 등 버 드엉 바오 까 페 꿔 또이
제 커피엔 설탕을 넣지 마세요.

□ hạt tiêu 핟 띠에우 n. 후추

□ dấm 점 n. 식초

□ nước tương 느억 뜨엉 n. 간장

□ nước mắm 느억 맘 n. 액젓(생선을 발효해 만든 베트남 소스)

□ mỡ 머 n. 기름
- □ mỡ động vật 머 동 벋 동물성 기름
- □ dầu thực vật 저우 특 벋 식물성 기름
- □ dầu ô liu 저우 오 리우 n. 올리브유

□ nước sốt mayone 느억 쏟 마 여 네 n. 마요네즈

□ mùi tạt 무이 딷 n. 겨자, 머스터드

□ nước sốt cà chua 느억 쏟 까 쭈어 n. 케첩

□ tương ớt 뜨엉 얻 n. 칠리소스

□ mứt 믇 n. 잼

□ bơ 버 n. 버터

□ nấu nướng 너우 느엉 v. 요리하다

□ công thức nấu ăn 꽁 특 너우 안 n. 요리법

Mẹ tôi biết công thức nấu canh ngon.
메 또이 비엗 꽁 특 너우 까잉 응언
우리 어머니는 맛있는 찌개 요리법을 알고 계세요.

□ bóc vỏ 법 버 v. 껍질을 벗기다

□ thái 타이 v. 썰다, 자르다

□ băm 밤 v. 다지다

□ trộn 쫀 v. 섞다

□ rót 전 v. 따르다, 붓다

□ nấu chín 너우 찐 v. 익히다

□ nướng 느엉 v. 굽다

□ xào 싸오 v. 볶다

□ đun sôi 둔 쏘이 v. 끓이다

Hãy đun sôi canh thêm 10 phút nữa nhé.
하이 둔 쏘이 까잉 템 므어이 풋 느아 냬
국을 10분 정도 더 끓이세요.

□ luộc 루옥 v. 삶다

□ rán 잔 v. 튀기다

□ nhúng qua 늉 꾸아 v. 데치다

Giá đỗ nhúng qua sẽ rất ngon.
자 도 늉 꾸아 쎄 젇 응언
숙주는 살짝 데치면 맛이 더 좋아요.

□ làm cháy 람 짜이 v. 태우다

□ làm nóng trước 람 넝 쯔억 v. 예열하다

□ làm nóng chảy 람 넝 짜이 v. 녹이다
= làm tan 람 딴

□ làm đông lạnh 람 동 라잉 v. 냉동하다

□ giã đông 자 동 v. 해동하다

□ dao 자오 n. 칼

□ thớt 텀 n. 도마

□ muôi 무오이 n. 국자

□ nồi 노이 n. 냄비

□ chảo 짜오 n. 프라이팬

□ bát 받 n. 그릇

□ bộ đồ ăn 보 도 안 n. 식기

□ đĩa 디아 n. 접시

Làm ơn để đĩa đã ăn xong ra chậu rửa bát.
람 언 데 디아 다 안 썽 자 쩌우 즈어 받
다 먹은 접시는 싱크대에 두세요.

□ khay 카이 n. 쟁반

12. 저녁 메뉴

꼭! 써먹는 **실전 회화**

Linh Tối nay mình ăn gì nhỉ?
또이 나이 밍 안 지 니?
오늘 저녁에 뭐 먹을까?

Việt Anh gọi pi-za nhé?
아잉 거이 피 자 내?
피자 시킬까?

Linh Không. Trong tủ lạnh không còn cái gì ăn được à?
콩. 쩡 뚜 라잉 콩 껀 까이 지 안 드억 아?
아니. 냉장고엔 뭐 먹을 거 없어?

Việt Có thịt bò. Anh nướng lên nhé?
꺼 틷 버. 아잉 느엉 렌 내?
쇠고기 있어. 그거 구울까?

Bài 13.

취미 Sở thích 써 틱

□ sở thích 써 틱
n. 취미

□ vận động 번 동
n. 운동

□ nhà thi đấu 냐 티 더우
n. 체육관

□ chạy bộ 짜이 보
n. 조깅 v. 조깅하다

□ bơi 버이
n. 수영 v. 수영하다

□ quần vợt 꾸언 벋
n. 테니스

□ cầu lông 꺼우 롱
n. 배드민턴

□ bóng đá 벙 다
n. 축구

□ bóng chày 벙 짜이
n. 야구

□ bóng rổ 벙 조
n. 농구

□ bóng chuyền 벙 쭈이엔 n. 배구

□ bóng bàn 벙 반
n. 탁구

□ gôn 곤
n. 골프

□ yo ga 요 가
n. 요가

□ trượt tuyết 쯔얻 뚜이엗
n. 스키 v. 스키를 타다

□ nhạc 냑
= âm nhạc 엄 냑
n. 음악

□ hát 할 v. 노래하다

□ bài hát 바이 할 n. 노래

□ ca sỹ 까 씨
n. 가수

□ biểu diễn 비에우 지엔
v. 연주하다

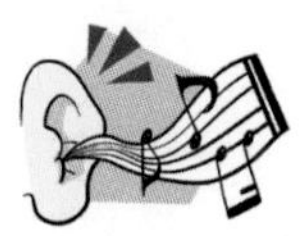

□ nghe 응에
v. 듣다

□ nhạc cụ 냑 꾸
n. 악기

□ đàn piano 단 삐아노
n. 피아노

□ vi ô lông 브이 오 롱
n. 바이올린

□ xê lô 쎄 로
n. 첼로

□ sáo 싸오
n. 플루트

□ đàn ghi ta 단 기 따
n. 기타

□ dàn trống 잔 쫑
n. 드럼

□ buổi biểu diễn
부오이 비에우 지엔 n. 콘서트

□ ô pê ra 오 뻬 라
n. 오페라

□ ca kịch 까 끽
n. 뮤지컬

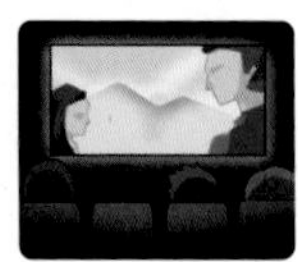

□ phim 핌 n. 영화

□ rạp chiếu phim 잡 찌에우 핌
n. 영화관

□ xem phim 쎔 핌 영화를 보다

□ phim hành động 핌 하잉 동
액션 영화

□ phim kinh dị 핌 낑 지
공포 영화

□ phim hoạt hình 핌 호앋 힝
만화 영화

□ phim khoa học viễn tưởng
핌 코아 헙 비엔 뜨엉 공상 과학 영화, SF 영화

□ phim giải trí 핌 자이 찌
오락 영화

□ phim tài liệu 핌 따이 리에우
다큐멘터리

□ đạo diễn phim 다오 지엔 핌
n. 영화감독

□ diễn viên 지엔 비엔
n. 배우

□ sách 싸익
n. 책

□ tạp chí 땁 찌
n. 잡지

□ tiểu thuyết 띠에우 투이엗
n. 소설

□ thơ 터
n. 시

□ tùy bút 뚜이 붇
n. 수필

□ truyện tranh 쭈이엔 짜잉
n. 만화

□ đọc 덥
v. 읽다

□ viết 비엗
v. (글을) 쓰다

□ hiệu sách 히에우 싸익
n. 서점

□ chụp ảnh 쭙 아잉
사진을 찍다

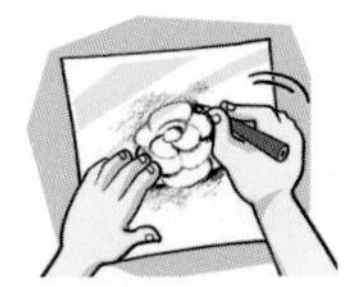

□ vẽ tranh 베 짜잉
그림 그리다

□ trò chơi 쩌 쩌이
n. 게임

□ cờ vua 꺼 부어
n. 체스

□ leo núi 레오 누이
v. 등산하다

□ đi dạo 디 자오
v. 산책하다

□ cắm trại 깜 짜이
n. 캠핑

□ câu cá 꺼우 까
n. 낚시

□ thợ mộc 터 몹
n. 목공

□ tỉa cây 띠아 꺼이
v. 정원을 가꾸다

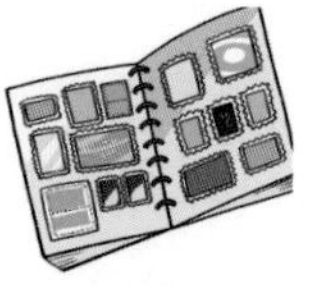

□ sưu tầm 쓰우 떰
n. 수집 v. 수집하다

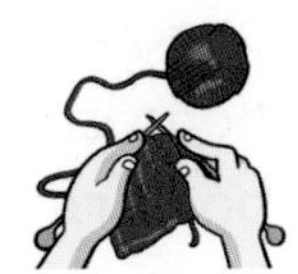

□ đan len 단 렌
v. 뜨개질하다

□ sở thích 써 틱 n. 취미

Sở thích của bạn là gì?
써 틱 꿔 반 라 지?
취미가 뭐예요?

□ thời gian rảnh rỗi 터이 잔 자잉 조이 n. 여가

□ giải trí 자이 찌 v. 오락하다

□ vận động 번 동 n. 운동

□ tập thể dục 떱 테 죽 v. 운동하다

□ trận đấu 쩐 더우 n. 경기
  □ thi đấu 티 더우 v. 시합하다
  □ nhà thi đấu 냐 티 더우 n. 체육관

□ cậu lạc bộ thể dục thẩm mỹ 꺼우 락 보 테 죽 텀 미 헬스클럽

□ chạy 짜이 v. 달리다, 뛰다
  □ chạy bộ 짜이 보 n. 조깅 v. 조깅하다

Phong thường chạy bộ vào buổi sáng.
펑 트엉 짜이 보 바오 부오이 쌍
펑 씨는 아침마다 조깅을 해요.

□ bơi 버이 n. 수영 v. 수영하다
  □ bể bơi 베 버이 n. 수영장

□ quần vợt 꾸언 벋 n. 테니스
  □ cầu lông 꺼우 롱 n. 배드민턴
  □ bóng đá 벙 다 n. 축구
  □ bóng chày 벙 짜이 n. 야구
  □ bóng rổ 벙 조 n. 농구
  □ bóng chuyền 벙 쭈이엔 n. 배구
  □ bóng bàn 벙 반 n. 탁구

□ gôn 곤 n. 골프

Bố tôi rất đam mê đánh cầu lông.
보 또이 젇 담 메 다잉 꺼우 롱
아빠는 배드민턴에 푹 빠졌어요.

□ bóng 벙 n. 공

□ vợt 벋 n. 라켓

□ yo ga 요 가 n. 요가

□ đấm bốc 덤 봅 n. 권투 v. 권투하다

□ cuộc đua xe đạp 꾸옥 두어 쎄 답 n. 자전거 경기

□ trượt tuyết 쯔얻 뚜이엗 n. 스키 v. 스키를 타다
□ trượt băng 쯔얻 방 n. 스케이트
□ trượt pa tanh 쯔얻 빠 따잉 n. 롤러스케이트, 인라인스케이트
□ sân trượt băng 썬 쯔얻 방 n. 아이스링크

Cậu đi trượt băng cùng mình không?
꺼우 디 쯔얻 방 꿍 밍 콩?
나랑 스케이트 타러 갈래?

□ nhạc 냑 n. 음악
= âm nhạc 엄 냑

□ hát 핟 v. 노래하다
□ bài hát 바이 핟 n. 노래

□ ca sỹ 까 씨 n. 가수

Anh thích ca sỹ nào ạ?
아잉 틱 까 씨 나오 아?
좋아하는 가수는 누구인가요?

□ giai điệu 자이 디에우 n. 멜로디

□ sáng tác nhạc 쌍 딱 냑 v. 작곡하다

  □ nhạc sỹ 냑 씨 n. 작곡가

□ đĩa nhạc 디아 냑 n. 음반

□ nghe 응에 v. 듣다

□ thể loại 테 로아이 n. 장르

□ biểu diễn 비에우 지엔 v. 연주하다

□ nhạc cụ 냑 꾸 n. 악기

  □ đàn piano 단 삐아노 n. 피아노
  □ vi ô lông 브이 오 롱 n. 바이올린
  □ xê lô 쎄 로 n. 첼로
  □ đàn hạc 단 학 n. 하프
  □ sáo 싸오 n. 플루트
  □ đàn ghi ta 단 기 따 n. 기타
  □ trống 쫑 n. 북
  □ dàn trống 잔 쫑 n. 드럼

  Anh Minh biết chơi nhạc cụ gì?
  아잉 밍 비엔 쩌이 냑 꾸 지?
  민 씨는 다룰 수 있는 악기가 있어요?

□ buổi biểu diễn 부오이 비에우 지엔 n. 콘서트

  Tuần sau tôi sẽ đi xem biểu diễn K-pop.
  뚜언 싸우 또이 쎄 디 쎔 비에우 지엔 케이 뻡
  다음 주에 케이팝 콘서트에 가요.

□ dàn nhạc giao hưởng 잔 냑 자오 흐엉 n. 오케스트라

□ ô pê ra 오 빼 라 n. 오페라

□ ca kịch 까 끽 n. 뮤지컬

□ phim 핌 n. 영화
- □ phim hành động 핌 하잉 동 액션 영화
- □ phim hoạt hình 핌 호앋 힝 만화 영화
- □ phim giải trí 핌 자이 찌 오락 영화
- □ phim kinh dị 핌 낑 지 공포 영화
- □ phim khoa học viễn tưởng 핌 코아 헙 비엔 뜨엉 공상 과학 영화, SF 영화
- □ phim tài liệu 핌 따이 리에우 다큐멘터리

□ rạp chiếu phim 잡 찌에우 핌 n. 영화관
- □ xem phim 쎔 핌 영화를 보다
- □ phim mới lần đầu ra mắt 핌 머이 런 더우 자 맏 개봉 영화

Bây giờ ở rạp đang chiếu phim gì ạ?
버이 저 어 잡 당 찌에우 핌 지 아?
지금 영화관에서 무슨 영화를 하나요?

□ đạo diễn phim 다오 지엔 핌 n. 영화감독

□ diễn viên 지엔 비엔 n. 배우

□ sách 싸익 n. 책

□ đọc 덥 v. 읽다

Một tháng tôi thường đọc 2 quyển sách.
몯 탕 또이 트엉 덥 하이 꾸이엔 싸익
보통 한 달에 두 권 정도 책을 읽어요.

□ hiệu sách 히에우 싸익 n. 서점

□ tiểu thuyết 띠에우 투이엗 n. 소설
- □ thơ 터 n. 시
- □ tùy bút 뚜이 붇 n. 수필
- □ tạp chí 땁 찌 n. 잡지
- □ truyện tranh 쭈이엔 짜잉 n. 만화

□ viết 비엘 v. (글을) 쓰다

□ tác giả 딱 자 n. 작가

- □ nhà tiểu thuyết 냐 띠에우 투이엘 n. 소설가
- □ nhà thơ 냐 터 n. 시인
- □ nhà tùy bút 냐 뚜이 붇 n. 수필가

Ước mơ của Huy từ hồi còn nhỏ là trở thành tác giả.
으억 머 꿔 후이 뜨 호이 껀 녀 라 쩌 타잉 딱 자
후이 씨의 어릴 적 꿈은 작가였어요.

□ ảnh 아잉 n. 사진

- □ chụp 쭙 v. 촬영하다
- □ chụp ảnh 쭙 아잉 사진을 찍다
- □ máy ảnh 마이 아잉 n. 카메라

□ họa sỹ 호아 씨 n. 화가

Mặc dù vẽ chưa đẹp nhưng tôi là họa sỹ nghiệp dư.
막 주 베 쯔아 뎁 니응 또이 라 호아 씨 응이엡 즈
잘 그리진 못하지만 저는 아마추어 화가예요.

□ vẽ tranh 베 짜잉 그림 그리다

- □ màu sắc 마우 싹 n. 색
- □ màu nước 마우 느억 n. 물감
- □ chổi 쪼이 n. 붓
- □ vải bạt 바이 받 n. 캔버스

□ trò chơi 쩌 쩌이 n. 게임

- □ cờ vua 꺼 부어 n. 체스
- □ xúc xắc 쑥 싹 n. 주사위

□ leo núi 레오 누이 v. 등산하다

□ đi dạo 디 자오 v. 산책하다

Tôi rất thích đi dạo trong công viên vào buổi sáng.
또이 젇 틱 디 자오 쩡 꽁 비엔 바오 부오이 쌍
저는 아침에 공원 산책하는 것을 좋아해요.

□ cắm trại 깜 짜이 n. 캠핑

□ câu cá 꺼우 까 n. 낚시

□ thợ mộc 터 몹 n. 목공

□ cắm hoa 깜 화 n. 꽃꽂이

□ tỉa cây 띠아 꺼이 v. 정원을 가꾸다

□ sưu tầm 쓰우 떰 n. 수집 v. 수집하다

□ đan len 단 렌 v. 뜨개질하다

13. 기타

꼭! 써먹는 **실전 회화**

Linh Cậu thường làm gì khi có thời gian rảnh?
꺼우 트엉 람 지 키 꺼 터이 잔 자잉?
넌 시간 있을 때 뭐 해?

Hương Mình chơi ghi ta.
밍 쩌이 기 따
난 기타를 쳐.

Linh Giỏi thế! Cậu đánh cho mình nghe một bài được không?
저이 테! 꺼우 다잉 쩌 밍 응에 몯 바이 드억 콩?
멋지다! 한 곡 연주해 줄 수 있어?

Hương Thực ra mình mới bắt đầu học.
Mình mới biết chơi một chút thôi.
특 자 밍 머이 받 더우 헙. 밍 머이 비엗 쩌이 몯 쭏 토이
사실, 나 최근에 배우기 시작했어. 겨우 연주만 할 줄 알아.

Bài 14.

전화 & 인터넷 Điện thoại và In-tơ-nét 디엔 토아이 바 인 떠 넫

□ điện thoại
디엔 토아이
n. 전화

□ điện thoại di động
디엔 토아이 지 동
n. 휴대 전화

□ điện thoại thông minh 디엔 토아이 통 밍
n. 스마트폰

□ gọi điện thoại
거이 디엔 토아이
전화를 걸다

□ ngắt điện thoại
응앋 디엔 토아이
전화를 끊다

□ tiếng chuông
띠엥 쭈옹
n. 벨 소리

□ tin nhắn 띤 년
n. 메시지

□ gửi tin nhắn
그이 띤 년
메시지를 보내다

□ gọi điện thoại có hình 거이 디엔 토아이 꺼 힝
영상통화

□ pin 삔
n. 배터리

□ sạc pin 싹 삔
v. 충전하다

□ hết pin 헫 삔
v. 방전되다

□ bật 벋
v. 켜다

□ tắt 딷
v. 끄다

□ mạng không dây 망 콩 저이
n. 와이파이, 무선 네트워크

□ hệ thống mạng 헤 통 망
n. 네트워크

□ in-tơ-nét 인 떠 넫
n. 인터넷

□ truy cập 쭈이 껍
v. 접속하다

□ email 이 메오
n. 이메일

□ mạng xã hội 망 싸 호이
n. 소셜 네트워크, SNS

□ game trực tuyến 겜 쯕 뚜이엔
온라인 게임

□ mua sắm trên mạng 무어 쌈 쩬 망
온라인 쇼핑

□ máy tính 마이 띵
n. 컴퓨터

□ màn hình 만 힝
n. 모니터, 화면

□ bàn phím 반 핌
n. 키보드, 자판

□ gõ 거 v. (키보드를) 치다

□ nhập 녑 v. 입력하다

□ chuột 쭈옫
n. 마우스

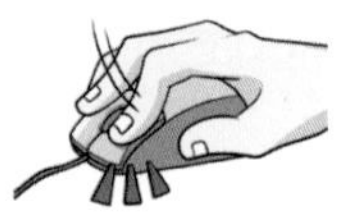

□ nhấp chuột 녑 쭈옫
v. 클릭하다

□ ổ cứng 오 끙
n. 하드 디스크

□ ram 람
n. 램(RAM)

□ chương trình 쯔엉 찡
n. 프로그램

□ cài đặt 까이 닫
v. 설치하다

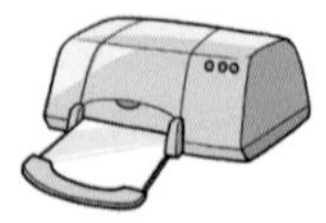

□ máy in 마이 인
n. 프린터

□ web cam 웹 깜
n. 웹캠

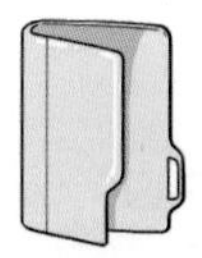

□ thư mục 트 묵
n. 폴더

□ tập tin 떱 띤
n. 파일

□ lưu 르우
v. 저장하다

□ xóa 쏘아
v. 지우다, 삭제하다

□ bảo mật 바오 멋
n. 보안

□ vi rút 브이 룻
n. (컴퓨터) 바이러스

□ hacking 하익낑
n. 해킹

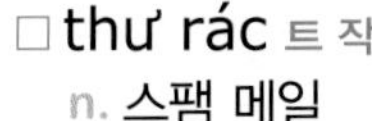

□ thư rác 트 작
n. 스팸 메일

□ máy tính xách tay
마이 띵 싸익 따이 n. 노트북 컴퓨터

□ máy tính bảng 마이 띵 방
n. 태블릿 PC

□ điện thoại 디엔 토아이 n. 전화

□ điện thoại di động 디엔 토아이 지 동 n. 휴대 전화

Anh có thể cho tôi số điện thoại di động được không?
아잉 꺼 테 쩌 또이 쏘 디엔 토아이 지 동 드억 콩?
휴대 전화 번호를 알려 주시겠어요?

□ điện thoại thông minh 디엔 토아이 통 밍 n. 스마트폰

□ gọi điện thoại 거이 디엔 토아이 전화를 걸다

□ ngắt điện thoại 응앋 디엔 토아이 전화를 끊다
= cúp máy 꿉 마이

Tôi đang nói dở thì điện thoại bị ngắt.
또이 당 너이 저 티 디엔 토아이 비 응앋
이야기 도중에 전화가 끊어졌어요.

□ tin nhắn 띤 년 n. 메시지

Anh có muốn để lại tin nhắn không?
아잉 꺼 무온 데 라이 띤 년 콩?
메시지를 남기겠어요?

□ gửi 그이 v. 보내다

□ gửi tin nhắn 그이 띤 년 메시지를 보내다

□ nhận 년 v. 받다

□ nhận điện thoại 년 디엔 토아이 전화를 받다

□ tiếng chuông 띠엥 쭈옹 n. 벨 소리

□ pin 삔 n. 배터리

□ sạc pin 싹 삔 v. 충전하다

□ hết pin 헫 삔 v. 방전되다

Điện thoại của tôi nhanh bị hết pin quá.
디엔 토아이 꿔 또이 냐잉 비 헫 삔 꾸아
제 휴대 전화는 배터리가 너무 빨리 방전돼요.

□ bật 벋 v. 켜다

□ tắt 딷 v. 끄다

□ gọi điện thoại có hình 거이 디엔 토아이 꺼 힝 영상통화

□ mạng không dây 망 콩 저이 n. 와이파이, 무선 네트워크

□ in-tơ-nét 인 떠 넫 n. 인터넷

□ hệ thống mạng 헤 통 망 n. 네트워크

Do sự cố hệ thống mạng nên hiện giờ không sử dụng được in-tơ-nét.
저 쓰 꼬 헤 통 망 넨 히엔 저 콩 쓰 중 드억 인 떠 넫
네트워크 문제로 지금 인터넷을 쓸 수 없어요.

□ đăng nhập 당 녑 v. 로그인하다

□ thoát 토앋 v. 로그아웃하다

□ truy cập 쭈이 껍 v. 접속하다

Trong tháng này, lượng người truy cập vào trang web của chúng ta đã tăng gấp đôi.
쩡 탕 나이, 르엉 응으어이 쭈이 껍 바오 짱 웹 꿔 쭝 따 다 땅 겁 도이
이번 달 우리 사이트에 접속한 사람 수가 두 배 증가했어요.

□ tài khoản 따이 코안 n. 계정

□ gia nhập 자 녑 v. 가입하다

□ email 이 메오 n. 이메일

Nội dung chi tiết tôi sẽ gửi email.
노이 중 찌 띠엔 또이 쎄 그이 이 메오
자세한 이야기는 이메일로 전달할게요.

□ mạng xã hội 망 싸 호이 n. 소셜 네트워크, SNS

Tôi cho rằng sử dụng mạng xã hội rất phí thời gian.
또이 쩌 장 쓰 중 망 싸 호이 전 피 떠 터이 잔
전 SNS가 시간 낭비라고 생각해요.

□ blog 버록 n. 블로그

□ ứng dụng 응 중 n. 애플리케이션

□ trực tuyến 쯕 뚜이엔 n. 온라인

□ game trực tuyến 겜 쯕 뚜이엔 온라인 게임

□ mua sắm trên mạng 무어 쌈 쩬 망 온라인 쇼핑

Tôi rất hay mua sắm trên mạng.
또이 전 하이 무어 쌈 쩬 망
전 온라인 쇼핑을 자주 해요.

□ tải xuống 따이 쑤옹 v. 다운로드하다

Tôi đã tải xuống phiên bản windows mới nhất.
또이 다 따이 쑤옹 피엔 반 윈 도우 머이 녇
윈도우 최신 버전을 다운로드했어요.

□ máy tính 마이 띵 n. 컴퓨터

□ màn hình 만 힝 n. 모니터, 화면

Nếu nhìn màn hình máy tính lâu thì mắt sẽ bị mỏi.
네우 닌 만 힝 마이 띵 러우 티 맏 쎄 비 머이
모니터를 오래 보고 있으면 눈이 피로해져요.

□ bàn phím 반 핌 n. 키보드, 자판

□ gõ 거 v. (키보드를) 치다

Anh ấy gõ máy tính cả ngày.
아잉 어이 거 마이 띵 까 응아이
그는 하루 종일 키보드만 두드리고 있어요.

□ nhập 녑 v. 입력하다

□ chuột 쭈옫 n. 마우스

Tôi đã đổi sang dùng chuột không dây.
또이 다 도이 쌍 중 쭈옫 콩 저이
무선 마우스로 바꿨어요.

□ nhấp chuột 녑 쭈옫 v. 클릭하다

□ bàn di chuột 반 지 쭈옫 마우스 패드

□ ổ cứng 오 끙 n. 하드 디스크

□ ram 람 n. 램(RAM)

□ chương trình 쯔엉 찡 n. 프로그램

□ cài đặt 까이 닫 v. 설치하다

Để cài chương trình này thì phải cần cái gì ạ?
데 까이 쯔엉 찡 나이 티 파이 껀 까이 지 아?
이 프로그램을 설치하려면 뭐가 필요하죠?

□ máy in 마이 인 n. 프린터

Máy in laze nên in rất đẹp.
마이 인 라 제 넨 인 전 뎁
레이저 프린터라 인쇄가 잘 돼요.

□ máy quét 마이 꾸엗 n. 스캐너

□ web cam 웹 깜 n. 웹캠

□ usb 우 엘 베 n. 이동식 메모리(USB)

□ ổ cứng cầm tay 오 끙 껌 따이 n. 외장하드

□ màn hình nền 만 힝 넨 n. 바탕화면

□ thư mục 트 묵 n. 폴더

□ tập tin 떱 띤 n. 파일

□ lưu 르우 v. 저장하다

Tôi đã lưu tập tin vào thư mục trên màn hình nền.
또이 다 르우 떱 띤 바오 트 묵 쩬 만 힝 넨
바탕화면에 있는 폴더에 파일을 저장했어요.

□ xóa 쏘아 v. 지우다, 삭제하다

Anh hãy xóa những chương trình không cần thiết đi nhé.
아잉 하이 쏘아 니응 쯔엉 찡 콩 껀 티엔 디 녜
쓸모없는 프로그램은 삭제하세요.

□ bảo mật 바오 멋 n. 보안

□ vi rút 브이 룻 n. (컴퓨터) 바이러스

Hình như máy tính của tôi bị nhiễm vi rút rồi.
힝 니으 마이 띵 꾸어 또이 비 니엠 브이 줏 조이
제 컴퓨터가 바이러스에 감염된 것 같아요.

□ hacking 하익낑 n. 해킹

□ thư rác 트 작 n. 스팸 메일

□ chặn 쩐 v. 차단하다

□ máy tính xách tay 마이 띵 싸익 따이 n. 노트북 컴퓨터

□ máy tính bảng 마이 띵 방 n. 태블릿 PC

Gần đây, trẻ em cũng biết sử dụng thành thạo máy tính bảng.
건 더이, 쩨 엠 꿍 비엔 쓰 중 타잉 타오 마이 띵 방
요즘엔 아이들도 태블릿 PC를 쉽게 다뤄요.

□ thuận tiện 투언 띠엔 a. 편리한

□ thực dụng 특 중 a. 실용적인

□ hữu dụng 흐우 중 a. 유용한

Điện thoại thông minh rất hữu dụng khi tìm kiếm thông tin.
디엔 토아이 통 밍 젇 흐우 중 키 띰 끼엠 통 띤
스마트폰은 모르는 정보를 찾을 때 정말 유용해요.

14. 이메일

꼭! 써먹는 **실전 회화**

Sếp Cậu đã kiểm tra email khách hàng gửi chưa?
꺼우 다 끼엠 짜 이 메오 카익 항 그이 쯔아?
제가 보낸 이메일 확인했어요?

Việt Chưa ạ. Em vẫn chưa xem.
쯔아. 엠 반 쯔아 쎔
아뇨. 아직이요.

Sếp Cậu kiểm tra rồi trả lời cho khách hàng nhé.
꺼우 끼엠 짜 조이 짜 러이 쩌 카익 항 녜
메일 확인하면 바이어한테 답장 부탁해요.

※ sếp 쎕 n. 직장 상사

연습 문제

다음 단어를 읽고 맞는 뜻과 연결하세요.

1. điện thoại •	• 물
2. ghế •	• 방
3. giày •	• 신발, 구두
4. máy tính •	• 옷
5. nhà •	• 운동
6. nhạc •	• 음식
7. nước •	• 음악
8. phòng •	• 의자
9. quần áo •	• 전화
10. sách •	• 집
11. thức ăn •	• 책
12. vận động •	• 컴퓨터

1. điện thoại – 전화 2. ghế – 의자 3. giày – 신발, 구두 4. máy tính – 컴퓨터
5. nhà – 집 6. nhạc – 음악 7. nước – 물 8. phòng – 방 9. quần áo – 옷
10. sách – 책 11. thức ăn – 음식 12. vận động – 운동

Chương 5

학교 Trường học 쯔엉 헙

□ trường 쯔엉
= trường học 쯔엉 헙
n. 학교

□ học sinh 헙 씽
n. 학생(고등학교 이하)

□ giáo viên 자오 비엔 n. 교사

□ thầy giáo 터이 자오 n. 남자 선생님

□ cô giáo 꼬 자오 n. 여자 선생님

□ trường tiểu học 쯔엉 띠에우 헙
n. 초등학교

□ học sinh tiểu học 헙 씽 띠에우 헙
n. 초등학생

□ trường cấp 2 쯔엉 껍 하이
n. 중학교

□ học sinh cấp 2 헙 씽 껍 하이
n. 중학생

□ trường cấp 3 쯔엉 껍 바
n. 고등학교

□ học sinh cấp 3 헙 씽 껍 바
n. 고등학생

□ trường đại học 쯔엉 다이 헙
n. 대학교

□ sinh viên 씽 비엔
n. 대학생

□ đi học 디 헙
v. 등교하다

□ đi học về 디 헙 베
v. 하교하다

□ muộn học 무온 헙
학교에 늦다

□ đi học về sớm 디 헙 베 썸
조퇴하다

□ lớp học 럽 헙 n. 교실

□ buổi học 부오이 헙 n. 수업

□ bài giảng 바이 장
n. 강의

□ dạy 자이
v. 가르치다

□ học 헙
v. 배우다, 공부하다

□ đi bộ 디 보
v. 걸어서 가다

□ xe đạp 쎄 답
n. 자전거

□ sách 싸익 n. 책

□ sách giáo khoa 싸익 자오 코아
n. 교과서

□ bảng 방
n. 칠판

□ viết 비엗
v. 필기하다, 쓰다

□ bút chì 붇 찌
n. 연필

□ bài tập 바이 떱
n. 숙제

□ làm bài tập 람 바이 떱
v. 숙제하다

□ vở 버 n. 공책

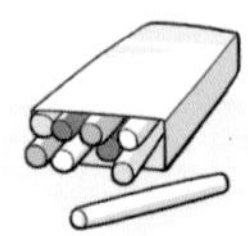

□ phấn 펀
n. 분필

□ bút 붇
n. 펜

□ tẩy 떠이 n. 지우개

□ báo cáo 바오 까오
n. 보고서, 리포트
v. 보고하다

□ nộp 놉
v. 제출하다

□ bài kiểm tra 바이 끼엠 짜
n. 시험

□ làm bài kiểm tra 람 바이 끼엄 짜
v. 시험을 치르다

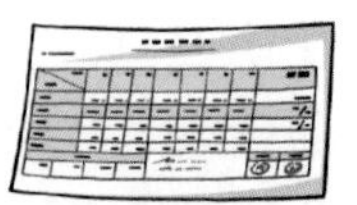

□ kết quả kiểm tra 껟 꾸아 끼엠 짜
n. 성적

□ bảng điểm 방 디엠
n. 성적표

□ dễ 제
a. 쉽다

□ khó 커
a. 어렵다

□ đánh giá 다잉 자
v. 평가하다

□ học vị 헙 브이
n. 학위

□ nghỉ 응이
v. 쉬다

□ kỳ nghỉ hè 끼 응이 해
n. 여름방학

□ học bổng 헙 봉
n. 장학금

□ thư viện 트 비엔
n. 도서관

□ trường 쯔엉 n. 학교
= trường học 쯔엉 헙
□ trường tiểu học 쯔엉 띠에우 헙 n. 초등학교
□ trường cấp 2 쯔엉 껍 하이 n. 중학교
□ trường cấp 3 쯔엉 껍 바 n. 고등학교

Mấy giờ em đi học?
머이 저 엠 디 헙?
몇 시에 등교하니?

□ học sinh 헙 씽 n. 학생(고등학교 이하)
□ học sinh tiểu học 헙 씽 띠에우 헙 n. 초등학생
□ học sinh cấp 2 헙 씽 껍 하이 n. 중학생
□ học sinh cấp 3 헙 씽 껍 바 n. 고등학생

□ trường đại học 쯔엉 다이 헙 n. 대학교
□ sinh viên 씽 비엔 n. 대학생

□ trường cao học 쯔엉 까오 헙 n. 대학원
□ học viên cao học 헙 비엔 까오 헙 n. 대학원생

□ trường cao đẳng 쯔엉 까오 당 n. 3년제 대학
□ trường trung cấp 쯔엉 쭝 껍 n. 전문대학
□ trường dạy nghề 쯔엉 자이 응에 n. 직업 훈련 학교

□ giáo viên 자오 비엔 n. 선생님, 교사
□ thầy giáo 터이 자오 n. 남자 선생님
□ cô giáo 꼬 자오 n. 여자 선생님

tip. 베트남에서는 학생이 선생님을 부를 땐 thầy giáo, cô giáo, 자신은 em 엠이라고 지칭합니다. em은 원래 '동생, 나보다 나이 어린 사람'이라는 뜻이지만, 학교에서는 '학생'을 의미하는 단어로 쓰입니다.

□ bạn cùng trường 반 꿍 쯔엉 n. 동창
□ bạn đồng môn 반 동 몬 n. 동문
□ bạn cùng lớp 반 꿍 럽 n. 같은 반 친구

- □ người học khóa trên 응어이 헙 코아 쩬 선배
- □ người học khóa dưới 응어이 헙 코아 즈어이 후배

□ đỗ 도 v. 합격하다

□ trượt 쯔엇 v. 불합격하다

Tôi bị trượt Trường đại học Hà Nội rồi.
또이 비 쯔엇 쯔엉 다이 헙 하 노이 조이
하노이 대학에 불합격했어요.

□ nhập học 녑 헙 v. 입학하다

□ tốt nghiệp 똗 응이엡 v. 졸업하다

□ đi học 디 헙 v. 등교하다

- □ đi học về 디 헙 베 v. 하교하다
- □ muộn học 무온 헙 학교에 늦다
- □ đi học về sớm 디 헙 베 썸 조퇴하다
- □ trốn học 쫀 헙 v. 땡땡이 치다(속어), 게으름을 피우다

□ đi bộ 디 보 v. 걸어서 가다

Anh ấy đi bộ đến trường.
아잉 어이 디 보 덴 쯔엉
그는 학교까지 걸어서 가요.

□ xe buýt đưa đón học sinh 쌔 부읻 드어 던 헙 씽 통학 버스

□ xe đạp 쌔 답 n. 자전거

□ học kỳ 헙 끼 n. 학기

□ lớp học 럽 헙 n. 교실

□ buổi học 부오이 헙 n. 수업

□ thời khóa biểu 터이 코아 비에우 n. 시간표

□ bài giảng 바이 장 n. 강의

□ giáo án 자오 안 n. 교안

□ dạy 자이 v. 가르치다

□ học 헙 v. 배우다, 공부하다
- □ ôn bài 온 바이 v. 복습하다
- □ luyện tập trước 루이엔 떱 쯔억 v. 예습하다

□ câu hỏi 꺼우 허이 n. 질문
- □ hỏi 허이 v. 질문하다

□ tính toán 띵 또안 v. 계산하다
- □ máy tính 마이 띵 n. 계산기

□ số 쏘 n. 숫자

□ môn học 몬 헙 n. 과목
- □ toán 또안 n. 수학
- □ khoa học 코아 헙 n. 과학
- □ vật lý 벋 리 n. 물리
- □ hóa học 호아 헙 n. 화학
- □ sinh học 씽 헙 n. 생물
- □ xã hội 싸 호이 n. 사회
- □ địa lý 디아 리 n. 지리
- □ lịch sử 릭 쓰 n. 역사
- □ văn học 반 헙 n. 문학
- □ âm nhạc 엄 냑 n. 음악
- □ mỹ thuật 미 투얻 n. 미술
- □ thể dục 테 죽 n. 체육

□ tiếng Việt 띠엥 비엔 n. 베트남어
□ tiếng Anh 띠엥 아잉 n. 영어
□ tiếng Hàn 띠엥 한 n. 한국어

Tiếng Hàn học khó hơn tiếng Anh.
띠엥 한 헙 커 헌 띠엥 아잉
한국어가 영어보다 배우기 더 어려운 것 같아요.

□ bảng 방 n. 칠판
□ phấn 펀 n. 분필
□ giẻ lau bảng 제 라우 방 n. 칠판지우개

□ sách 싸익 n. 책
□ sách giáo khoa 싸익 자오 코아 n. 교과서
□ giáo trình 자오 찡 n. 교재

Em bị mất toàn bộ sách giáo khoa ở phòng thể dục rồi.
엠 비 먿 또안 보 싸익 자오 코아 어 펑 테 죽 조이
체육관에서 내 교과서를 전부 잃어버렸어.

□ vở 버 n. 공책

□ bút 붇 n. 펜

tip. 남부에서는 '펜'을 viết 비엗이라고 합니다.

□ bút chì 붇 찌 n. 연필
□ bút mực 붇 믁 n. 만년필
□ bút bi 붇 비 n. 볼펜
□ bút đánh dấu 붇 다잉 저우 n. 형광펜
□ bút dạ 붇 자 n. 매직펜

□ viết 비엗 v. 필기하다, 쓰다

□ tẩy 떠이 n. 지우개
□ bút xóa 붇 쏘아 n. 수정펜

□ thước kẻ 트억 께 n. 자

- □ bài tập 바이 떱 n. 숙제
  - □ làm bài tập 람 바이 떱 숙제하다
- □ báo cáo 바오 까오 n. 보고서, 리포트 v. 보고하다
  - □ nộp 놉 v. 제출하다
- □ bài kiểm tra 바이 끼엠 짜 n. 시험
  - □ làm bài kiểm tra 람 바이 끼엠 짜 시험을 치르다
  - □ bài kiểm tra giữa kỳ 바이 끼엠 짜 즈아 끼 n. 중간고사
  - □ bài kiểm tra cuối kỳ 바이 끼엠 짜 꾸오이 끼 n. 기말고사
  - □ câu hỏi kiểm tra 꺼우 허이 끼엠 짜 n. 시험 문제
  - □ đáp án 답 안 v. 답안
  - □ giấy làm bài kiểm tra 저이 람 바이 끼엠 짜 답안지
- □ dễ 제 a. 쉽다
- □ khó 커 a. 어렵다
- □ kết quả kiểm tra 껟 꾸아 끼엠 짜 n. 성적
  - □ bảng điểm 방 디엠 n. 성적표
  - □ điểm trung bình 디엠 쭝 빙 n. 평균 점수
  - □ điểm chuẩn 디엠 쭈언 n. 합격 점수
  - □ điểm 디엠 n. 점수
  - □ chấm điểm 쩜 디엠 v. 점수를 매기다
- □ tín chỉ 띤 찌 n. 학점
  - □ đánh giá 다잉 자 v. 평가하다
- □ học vị 헙 브이 n. 학위
- □ học bổng 헙 봉 n. 장학금

  Kỳ này tớ không được nhận học bổng vì kết quả học tập thấp.
  끼 나이 떠 콩 드억 년 헙 봉 브이 껟 꾸아 헙 떱 텁
  난 이번 학기 성적이 낮아서 장학금을 받을 수 없어.

□ nghỉ 응이 v. 쉬다

□ giờ giải lao 저 자이 라오 n. 휴식

□ sau khi tan học 싸우 키 딴 헙 방과 후

□ trung tâm dạy thêm 쭝 떰 자이 템 n. 학원

□ kỳ nghỉ hè 끼 응이 해 n. 여름방학
 □ kỳ nghỉ tết 끼 응이 뗃 n. 구정 휴가, Tet 휴가

□ thư viện 트 비엔 n. 도서관

tip. 베트남에서 여름에는 여름방학이, 겨울에는 구정 휴가인 Tet 휴가가 있습니다.

□ câu lạc bộ 꺼우 락 보 n. 동아리
 □ tham gia câu lạc bộ 탐 자 꺼우 락 보 동아리에 참여하다

꼭! 써먹는 **실전 회화**

15. 시험 결과

Việt Mình làm bài kiểm tra giữa kỳ chán quá.
밍 람 바이 끼엠 짜 즈아 끼 짠 꾸아
중간고사를 망쳤어.

Nam Mình cũng thế. Không hài lòng với kết quả kiểm tra.
밍 꿍 테. 콩 하이 렁 버이 껟 꾸아 끼엠 짜
나도야. 시험 결과가 만족스럽지 않아.

Việt Bài kiểm tra cuối kỳ phải làm tốt hơn mới được.
바이 끼엠 짜 꾸오이 끼 파이 람 똗 헌 머이 드억
기말고사는 더 열심히 공부해야겠어.

Nam Cùng cố gắng nhé!
꿍 꼬 강 녜!
힘내자!

Bài 16.

직장 Nơi làm việc 너이 람 비엑

□ công việc 꽁 비엑 n. 일

□ việc làm 비엑 람 n. 일자리

□ nơi làm việc 너이 람 비엑 n. 직장

□ văn phòng 반 펑 n. 사무실

□ đi làm 디 람 v. 출근하다

□ giờ đi làm 저 디 람 n. 출근 시간

□ đi làm về 디 람 베 v. 퇴근하다

□ giờ tan sở 저 떤 써 n. 퇴근 시간

□ nghỉ việc 응이 비엑 v. 퇴직하다

□ thôi việc 토이 비엑 v. 사직하다

□ sa thải 싸 타이 v. 해고하다

□ bị sa thải 비 싸 타이 v. 해고되다

□ lương tháng 르엉 탕 n. 월급

□ tiền thưởng 띠엔 트엉 n. 보너스

□ nghỉ phép 응이 팹
v. 휴가 가다

□ công ty 꽁 띠 n. 회사

□ doanh nghiệp 조아잉 응이엡
n. 기업

□ tìm việc 띰 비엑 v. 구직하다

□ quảng cáo tìm người
꽝 까오 띰 응으어이 n. 구인 광고

□ giáo dục 자오 죽
n. 교육 v. 교육하다

□ nghỉ thai sản 응이 타이 싼
v. 출산 휴가를 가다

□ nhân viên 년 비엔 n. 직원

□ người lao động 응으어이 라오 동
n. 근로자

□ sơ yếu lý lịch 써 이에우 리 릭
n. 이력서

□ đơn xin việc 던 씨 비엑 n. 지원서

□ phỏng vấn 펑 번 v. 면접하다

□ đi phỏng vấn 디 펑 번 면접 보다

□ nghề nghiệp
응에 응이엡 n. 직업

□ thẩm phán 텀 판
n. 판사

□ kiểm sát viên
끼엠 쌋 비엔 n. 검사

□ luật sư 루얻 쓰
n. 변호사

□ nhân viên bán hàng
년 비엔 반 항 n. 판매원

□ cảnh sát 까잉 쌋
n. 경찰관

□ lính cứu hỏa
링 끄우 호아 n. 소방관

□ nhân viên bưu điện
년 비엔 브우 디엔 n. 우체부

□ phóng viên 펑 비엔
n. 기자

□ kỹ sư 끼 쓰
n. 엔지니어

□ thợ sửa ống nước
터 쓰어 옹 느억 n. 배관공

□ đầu bếp 더우 벱
n. 요리사

□ thợ làm bánh
터 람 바잉 n. 제빵사

□ bồi bàn 보이 반
n. 웨이터

□ tiếp viên hàng không 띠엡 비엔 항 콩
n. 승무원, 스튜어디스

□ bác sỹ 박 씨
n. 의사

□ bác sỹ thú y
박 씨 투 이 n. 수의사

□ bác sỹ đông y
박 씨 동 이 n. 한의사

□ y tá 이 따
n. 간호사

□ dược sỹ 즈억 씨
n. 약사

□ kiến trúc sư
끼엔 쭉 쓰 n. 건축가

□ nhà nghiên cứu
냐 응이엔 끄우 n. 연구원

□ thợ cắt tóc 터 깓 떡
n. 미용사

□ thợ trang trí hoa
터 짱 찌 화 n. 플로리스트

□ nông dân 농 전
n. 농부

□ công việc 꽁 비엑 n. 일

Cường luôn luôn bị căng thẳng bởi công việc.
끄엉 루온 루온 비 깡 탕 버이 꽁 비엑
끄엉 씨는 항상 일 때문에 스트레스를 받아요.

□ việc làm 비엑 람 n. 일자리

□ làm việc 람 비엑 v. 근무하다
　□ nơi làm việc 너이 람 비엑 n. 직장

□ văn phòng 반 펑 n. 사무실

□ nghiệp vụ 응이엡 부 n. 업무
　□ phòng nhân sự 펑 년 쓰 인사부
　□ phòng tổng hợp 펑 똥 헙 총무부
　□ phòng kinh doanh 펑 낑 조아잉 영업부
　□ phòng Marketing 펑 마 껫 띵 마케팅부
　□ phòng nghiên cứu phát triển 펑 응으이엔 끄우 팟 찌엔 연구개발부
　□ phòng kế toán 펑 께 또안 회계부
　□ phòng kế hoạch 펑 께 호아익 기획부

□ hồ sơ 호 써 n. 서류

Hồ sơ đang bị chồng đống lên rồi kìa.
호 써 당 비 쫑 동 렌 조이 끼아
서류가 잔뜩 쌓여 있네요.

□ cuộc họp 꾸옥 헙 n. 회의
　□ cuộc họp hàng tuần 꾸옥 헙 항 뚜언 주간 회의
　□ cuộc họp hàng tháng 꾸옥 헙 항 탕 월간 회의
　□ phòng họp 펑 헙 회의실

□ bài phát biểu 바이 팟 비에우 n. 발표
　□ phát biểu 팟 비에우 v. 발표하다

□ đồng nghiệp 동 응이엡 n. 동료

□ chức vị 쯕 브이 n. 직위

□ giám đốc 잠 돕 n. 사장

□ phó giám đốc 퍼 잠 돕 n. 부사장

□ trưởng phòng 쯔엉 펑 n. 과장

□ phó phòng 퍼 펑 n. 대리

□ nhân viên công ty 년 비엔 꽁 띠 n. 사원

□ thăng chức 탕 쯕 v. 승진하다

Tôi đã được thăng chức.
또이 다 드억 탕 쯕
승진이 결정됐어요.

□ lương tháng 르엉 탕 n. 월급

□ tổng thu nhập 똥 투 녑 n. 총급여

□ lương thực lĩnh 르엉 특 링 n. 실수령 급여

□ thu nhập trung bình 투 녑 쭝 빙 n. 평균 급여

□ lương tối thiểu 르엉 또이 티에우 n. 최저 임금

□ tiền phụ cấp 띠엔 푸 껍 n. 수당

□ tiền thưởng 띠엔 트엉 n. 보너스

Gần đây, chính phủ đã quyết định tăng lương tối thiểu.
건 데이, 찡 푸 다 꾸이엗 딩 땅 르엉 또이 티에우
최근에 정부가 최저 임금을 인상하기로 했어요.

Tôi đã nhận được tiền thưởng cuối năm.
또이 다 년 드억 띠엔 트엉 꾸오이 남
연말 보너스를 받았어요.

□ đi làm 디 람 v. 출근하다

□ giờ đi làm 저 디 람 n. 출근 시간

□ đi làm về 디 람 베 v. 퇴근하다

□ giờ tan sở 저 떤 써 n. 퇴근 시간

□ giờ cao điểm 저 까오 디엠 n. 교통 혼잡 시간대, 러시아워

□ tắc đường 딱 드엉 a. 길이 막히다

Vào giờ cao điểm, đường luôn luôn bị tắc.
바오 저 까오 디엠, 드엉 루온 루온 비 딱
출퇴근 시간에 도로가 항상 막혀요.

□ cuộc đình công 꾸옥 딩 꽁 n. 파업
- □ đình công 딩 꽁 v. 파업하다

□ nghỉ việc 응이 비엑 v. 퇴직하다
- □ nghỉ hưu 응이 흐우 v. 정년 퇴직하다
- □ nghỉ hưu sớm 응이 흐우 썸 v. 조기 퇴직하다

□ thôi việc 토이 비엑 v. 사직하다
- □ đơn xin thôi việc 던 씬 토이 비엑 n. 사직서

Hương đã nộp đơn xin thôi việc.
흐엉 다 놉 던 씬 토이 비엑
흐엉은 사직서를 냈어요.

□ sa thải 싸 타이 v. 해고하다
- □ bị sa thải 비 싸 타이 v. 해고되다

□ thay đổi cơ cấu 타이 도이 꺼 꺼우 v. 구조조정하다

□ nghỉ phép 응이 팹 v. 휴가 가다
- □ nghỉ phép có lương 응이 팹 꺼 르엉 v. 유급 휴가를 가다
- □ nghỉ phép không lương 응이 팹 콩 르엉 v. 무급 휴가를 가다
- □ nghỉ ốm 응이 옴 v. 병가를 가다
- □ nghỉ thai sản 응이 타이 싼 v. 출산 휴가를 가다

□ công ty 꽁 띠 n. 회사

□ cơ quan 꺼 꾸안 n. 기관

□ doanh nghiệp 조아잉 응이엡 n. 기업

□ nhà tuyển dụng 냐 뚜이엔 중 n. 고용주

□ tuyển dụng 뚜이엔 중 v. 채용하다

□ người được tuyển dụng 응으어이 드억 뚜이엔 중 n. 피고용인

□ nhân viên 년 비엔 n. 직원

□ người lao động 응으어이 라오 동 n. 근로자

□ nghề nghiệp 응에 응이엡 n. 직업

Dù đã cân nhắc nhiều lần, tôi vẫn muốn thay đổi nghề nghiệp.
주 다 껀 냑 니에우 런, 또이 번 무온 타이 도이 응에 응이엡
여러 번 고민해도 직업을 바꾸고 싶어요.

□ nhân viên bán hàng 년 비엔 반 항 n. 판매원

□ nhà lập trình 냐 럽 찡 n. 프로그래머

□ thẩm phán 텀 판 n. 판사

□ kiểm sát viên 끼엠 쌋 비엔 n. 검사

□ luật sư 루엇 쓰 n. 변호사

□ công chức nhà nước 꽁 쯕 냐 느억 n. 공무원

□ cảnh sát 까잉 쌋 n. 경찰관

□ lính cứu hỏa 링 끄우 호아 n. 소방관

□ nhân viên bưu điện 년 비엔 브우 디엔 n. 우체부

□ phóng viên 펑 비엔 n. 기자

Tôi muốn trở thành phóng viên tạp trí thời trang.
또이 무온 쩌 타잉 펑 비엔 땁 찌 터이 짱
저는 패션 잡지 기자가 되고 싶어요.

□ kế toán 께 또안 n. 회계사

□ diễn viên 지엔 비엔 n. 배우

□ kỹ sư 끼 쓰 n. 엔지니어

□ thợ sửa ống nước 터 쓰어 옹 느억 n. 배관공

□ đầu bếp 더우 벱 n. 요리사

□ thợ làm bánh 터 람 바잉 n. 제빵사

□ bồi bàn 보이 반 n. 웨이터

□ phi công 피 꽁 n. 비행기 조종사
- □ tiếp viên hàng không 띠엡 비엔 항 콩 n. 승무원, 스튜어디스

□ bác sỹ 박 씨 n. 의사
- □ bác sỹ thú y 박 씨 투 이 n. 수의사
- □ bác sỹ đông y 박 씨 동 이 n. 한의사
- □ bác sỹ nha khoa 박 씨 냐 코아 n. 치과의사

□ y tá 이 따 n. 간호사

□ dược sỹ 즈억 씨 n. 약사

□ kiến trúc sư 끼엔 쭉 쓰 n. 건축가

Tôi muốn trở thành kiến trúc sư nổi tiếng.
또이 무온 쩌 타잉 끼엔 쭉 쓰 노이 띠엥
유명한 건축가가 되고 싶어요.

□ thợ cắt tóc 터 깓 떡 n. 미용사

□ thợ trang trí hoa 터 짱 찌 호아 n. 플로리스트

□ nông dân 농 전 n. 농부

□ nhà nghiên cứu 냐 응이엔 끄우 n. 연구원

□ thư ký 트 끼 n. 비서

□ tìm việc 띰 비엑 v. 구직하다
- □ quảng cáo tìm người 꽝 까오 띰 응으어이 n. 구인 광고
- □ đơn xin việc 던 씨 비엑 n. 지원서
- □ sơ yếu lý lịch 써 이에우 리 릭 n. 이력서
- □ kinh nghiệm 낑 응이엠 n. 경력

□ giáo dục 자오 죽 n. 교육 v. 교육하다

□ phỏng vấn 펑 번 v. 면접하다
- □ đi phỏng vấn 디 펑 번 v. 면접 보다

Tôi đã đi phỏng vấn ở công ty B.
또이 다 디 펑 번 어 꽁 띠 베
저는 B사에서 면접을 봤어요.

16. 보너스

꼭! 써먹는 **실전 회화**

Linh Em đã nhận được tiền thưởng cuối năm rồi!
엠 다 년 드억 띠엔 트엉 꾸오이 남 조이!
연말 보너스 받았어!

Việt Tốt quá. Giá mà anh cũng được như em.
똗 꾸아. 자 마 아잉 꿍 드억 느 엠
잘 됐네. 부럽다.

Linh Có chuyện gì với anh thế?
꺼 쭈이엔 지 버이 아잉 테?
넌 무슨 일 있어?

Việt Năm nay công ty anh cắt thưởng rồi.
남 나이 꽁 띠 아잉 깓 트엉 조이
우리 회사는 올해 보너스를 없앴어.

음식점 & 카페 Quán ăn và Quán cà phê 꾸안 안 바 꾸안 까 페

□ quán ăn 꾸안 안
= nhà hàng 냐 항
n. 음식점

□ thực đơn 특 던
n. 메뉴, 식단

□ nhà ăn 냐 안 n. 식당

□ món chính 먼 찡
n. 메인 요리

□ bít tết 빋 뗃 n. 스테이크

□ lẩu 러우 n. 샤부샤부

□ món tráng miệng 먼 짱 미엥
n. 디저트, 후식

□ món phụ 먼 푸
n. 사이드 메뉴

□ đặt bàn 닫 반
v. 예약하다

□ gọi món 거이 먼
v. 주문하다

□ nguyên liệu 응우이엔 리에우
n. 재료

□ đậu phụ 더우 푸
n. 두부

□ nấm 넘
n. 버섯

□ hải sản 하이 싼
n. 해산물

□ ngao 응아오
n. 조개

□ ốc 옥
n. 소라

□ phở 퍼
n. 쌀국수

□ khoai tây chiên 코아이 떠이 찌엔
n. 감자튀김

□ súp 쑵
n. 수프

□ canh 까잉
n. 국

□ kem 껨
n. 아이스크림

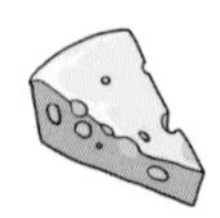

□ pho mát 퍼 맏
n. 치즈

□ kẹo 께오
n. 사탕

□ bánh mì 바잉 미
n. 빵

□ bánh trung thu
바잉 쭝 투 n. 월병

□ bánh ga tô
바잉 가 또 n. 케이크

□ cà phê 까 페
n. 커피

□ trà 짜
= chè 쩨
n. 차

□ trà chân châu
짜 쩐 쩌우 n. 버블티

□ nước ép 느억 앱
n. 주스, 과즙

□ đồ uống có ga
도 우옹 꺼 가 n. 탄산음료

□ nước 느억
n. 물

□ rượu 지에우
n. 술

□ bia 비아
n. 맥주

□ rượu nho 지에우 녀
n. 포도주

□ cốc 꼽
n. 잔, 컵

□ hóa đơn 호아 던
n. 영수증, 계산서

□ giấy ăn 저이 안 n. 냅킨

□ dĩa 지아 n. 포크

□ giấy ướt 저이 으엇 n. 물티슈

□ đũa 두어 n. 젓가락

□ thìa 티어 n. 숟가락

□ vị 브이 n. 맛

□ mặn 만 a. 짜다

□ ngon 응언 a. 맛있다

□ nhạt 냗 a. 싱겁다

□ ngọt 응얻 a. 달다

□ đắng 당 a. 쓰다

□ cay 까이 a. 맵다

□ chua 쭈어 a. 시다

□ quán ăn 꾸안 안 n. 음식점
= nhà hàng 냐 항

Tôi muốn tìm quán ăn yên tĩnh cho hai người dùng bữa.
또이 무온 띰 꾸안 안 이엔 띵 쩌 하이 응으어이 중 브아
두 사람이 조용히 식사할 수 있는 곳을 찾고 있어요.

□ nhà ăn 냐 안 n. 식당

□ đĩa 디아 n. 접시
□ bát 받 n. 그릇

□ thực đơn 특 던 n. 메뉴, 식단
□ món khai vị 먼 카이 브이 n. 전채 요리
□ món chính 먼 찡 n. 메인 요리
□ bít tết 빋 뗃 n. 스테이크
□ lẩu 러우 n. 샤부샤부

Mùa đông ăn lẩu là hợp nhất.
무어 동 안 러우 라 헙 녇
겨울에 샤부샤부를 먹는 것이 제맛이에요.

□ nướng 느엉 v. 굽다
□ sống 쏭 a. 레어
□ tái 따이 a. 미디엄 레어
□ chín vừa 찐 브어 a. 미디엄
□ chín kỹ 찐 끼 a. 웰던

□ nấu 너우 v. 익히다
□ xào 싸오 v. 볶다
□ luộc 루옥 v. 삶다
□ rán 잔 v. 튀기다
= chiên 찌엔
□ món chiên 먼 찌엔 n. 튀김

□ món tráng miệng 먼 짱 미엥 n. 디저트, 후식

□ món phụ 먼 푸 n. 사이드 메뉴

□ đặt bàn 닫 반 v. 예약하다

Tôi muốn đặt bàn lúc 7 giờ tối nay.
또이 무온 닫 반 룩 바이 저 또이 나이
오늘 저녁 7시 예약하고 싶은데요.

□ gọi món 거이 먼 v. 주문하다

□ chọn món 쩐 먼 v. (음식을) 선택하다

□ gói mang về 거이 망 베 v. 포장해서 가져가다, 테이크아웃하다

Tôi có thể gói đồ ăn thừa mang về được không?
또이 꺼 테 거이 도 안 트아 망 베 드억 콩?
남은 음식은 포장 가능한가요?

□ nguyên liệu 응우이엔 리에우 n. 재료

□ đậu phụ 더우 푸 n. 두부

□ giò 저 n. 베트남식 햄

□ nem 냄 n. 스프링 롤

□ xúc xích 쑥 씩 n. 소시지

□ nấm 넘 n. 버섯
- □ nấm kim châm 넘 낌 쩜 n. 송이버섯
- □ mộc nhĩ 목 니 n. 목이버섯

□ hải sản 하이 싼 n. 해산물

□ ngao 응아오 n. 조개
- □ sò huyết 써 후이엗 n. 피조개
- □ sò điệp 써 디엡 n. 가리비
- □ ốc 옥 n. 소라

□ phở 퍼 n. 쌀국수

□ phở gà 퍼 가 n. 닭 쌀국수

□ phở bò 퍼 버 n. 소고기 쌀국수

□ khoai tây chiên 코아이 떠이 찌엔 n. 감자튀김

□ cá rán 까 잔 n. 생선튀김

Anh ấy luôn chọn món khoai tây chiên làm món phụ.
아잉 어이 루온 쩐 먼 코아이 떠이 찌엔 람 먼 푸
그는 사이드 메뉴로 늘 감자튀김을 선택해요.

□ súp 쑵 n. 수프

□ canh 까잉 n. 국

□ rau luộc 자우 루옥 n. 데친 채소

□ rau xào 자우 싸오 n. 채소볶음

□ thịt bò xào 틷 버 싸오 n. 소고기볶음

□ sữa chua 쓰어 쭈어 n. 요거트(요구르트)

Khi bị khó tiêu, tôi ăn sữa chua.
키 비 커 띠에우, 또이 안 쓰어 쭈어
전 소화가 잘 안 될 때 요거트를 먹어요.

□ kem 껨 n. 아이스크림

□ pho mát 퍼 맏 n. 치즈

□ sô cô la 쏘 꼬 라 n. 초콜릿

□ kẹo 꼐오 n. 사탕

□ đặc sản 닥 싼 n. 특산물

Đặc sản của vùng này là gì?
닥 싼 꿔 붕 나이 라 지?
이 지방의 특산물이 무엇인가요?

□ bánh mì 바잉 미 n. 빵
- □ bánh mì nho khô 바잉 미 녀 코 n. 건포도빵
- □ bánh mì gối 바잉 미 고이 n. 식빵
- □ bánh mì trứng 바잉 미 쯩 n. 계란을 넣은 빵
- □ bánh trung thu 바잉 쭝 투 n. 월병

□ bánh ga tô 바잉 가 또 n. 케이크
- □ bánh qui 바잉 꾸이 n. 쿠키

□ quán cà phê 꾸안 까 페 n. 카페, 커피숍

□ cà phê 까 페 n. 커피
- □ cà phê đen 까 페 덴 n. 블랙커피
- □ cà phê hòa tan 까 페 호아 딴 n. 믹스커피
- □ cà phê sữa 까 페 쓰어 n. 밀크커피
- □ cà phê sữa đá 까 페 쓰어 다 n. 아이스 밀크커피

Cà phê sữa đá Việt Nam rất ngon.
까 페 쓰어 다 비엗 남 젇 응언
베트남 아이스 밀크커피는 정말 맛있어요.

□ trà 짜 n. 차
= chè 쩨
- □ trà nóng 짜 넝 n. 따뜻한 차
- □ trà đá 짜 다 n. 차가운 차, 아이스티
- □ trà xanh 짜 싸잉 n. 녹차
- □ trà sữa 짜 쓰어 n. 밀크티
- □ trà thảo dược 짜 타오 즈억 n. 허브차
- □ trà chân châu 짜 쩐 쩌우 n. 버블티

□ nước ép 느억 앱 n. 주스, 과즙
- □ nước chanh 느억 짜잉 n. 레몬주스
- □ nước cam 느억 깜 n. 오렌지주스
- □ sinh tố 씽 또 n. 스무디, 생과일주스

□ nước 느억 n. 물

□ đồ uống có ga 도 우옹 꺼 가 n. 탄산음료

□ đá 다 n. 얼음

□ ống hút 옹 훋 n. 빨대

□ rượu 지에우 n. 술

□ rượu vốt ka 지에우 볻 까 n. 보드카

□ rượu nếp 지에우 넵 n. 찹쌀술

□ rượu sâm panh 지에우 썸 빠잉 n. 샴페인

□ bia 비아 n. 맥주

□ rượu mạnh 지에우 마잉 n. 양주

□ rượu nho 지에우 녀 n. 포도주

Bia là đồ uống có cồn phổ biến nhất ở Việt Nam.
비아 라 도 우옹 꺼 꼰 포 비엔 녇 어 비엗 남
맥주는 베트남에서 가장 대중적인 술이에요.

□ cốc 꼽 n. 잔, 컵

□ cốc uống trà 꼽 우옹 짜 n. 찻잔

□ cốc uống bia 꼽 우옹 비아 n. 맥주잔

□ tiền boa 띠엔 보아 n. 팁

Việt Nam không có văn hóa tiền boa.
비엗 남 콩 꺼 반 호아 띠엔 보아
베트남에는 팁 문화가 없어요.

□ hóa đơn 호아 던 n. 영수증, 계산서

□ giấy ăn 저이 안 n. 냅킨

□ giấy ướt 저이 으얻 n. 물티슈

□ dĩa 지아 n. 포크

□ đũa 두어 n. 젓가락

□ thìa 티어 n. 숟가락

□ đũa và thìa 두어 바 티어 수저(젓가락과 숟가락)

□ vị 브이 n. 맛

□ ngon 응언 a. 맛있다

□ tươi 뜨어이 a. 신선하다

□ ngọt 응엇 a. 달다

□ đắng 당 a. 쓰다

□ cay 까이 a. 맵다

□ mặn 만 a. 짜다

□ chua 쭈어 a. 시다

□ nhạt 냗 a. 싱겁다

□ ngấy 응어이 a. 느끼하다

□ ôi 오이 a. 썩다, 상하다

= thiu 티우

□ mùi tanh 무이 따잉 n. 생선 비린내

17. 요리 주문

꼭! 써먹는 **실전 회화**

Linh Thực đơn hôm nay có món gì?

틱 던 홈 나이 꺼 먼 지?

오늘의 메뉴는 뭐가 있죠?

Bồi bàn Thưa quý khách, hôm nay nhà hàng có canh cá, rau luộc và thịt bò xào ạ.

트아 꾸이 카익, 홈 나이 냐 항 꺼 까잉 까, 자우 루옥 바 틷 버 싸오 아

손님, 오늘 저희 집에는 생선조림과 데친 채소, 그리고 쇠고기볶음이 있습니다.

Linh Cho tôi các món đó.

쩌 또이 깍 먼 더

그럼 그걸로 주세요.

Bồi bàn Vâng, xin quý khách chờ một chút.

벙, 씬 꾸이 카익 쩌 몯 쭏

네, 잠시만 기다려 주십시오.

※ bồi bàn 보이 반 n. 웨이터

Bài 18.

상점 Cửa hàng 끄어 항

□ cửa hàng 끄어 항
n. 상점, 가게

□ chợ 쩌 n. 시장

□ đi chợ 디 쩌 v. 장을 보다

□ siêu thị 씨에우 티 n. 마트

□ siêu thị lớn 씨에우 티 런 n. 대형 마트

□ trung tâm thương mại
쭝 떰 트엉 마이 n. 백화점

□ mua 무어
= mua sắm 무어 쌈
v. 사다, 구입하다

□ bán 반 v. 팔다

□ đổi hàng 도이 항 v. 교환하다

□ hoàn tiền 호안 띠엔 v. 환불하다

□ hóa đơn 호아 던
n. 영수증, 계산서

□ nhân viên bán hàng
년 비엔 반 항 n. 백화점 점원, 판매원

□ khách hàng 카익 항
n. 손님, 고객

□ giá cả 자 까
n. 가격, 요금

□ thanh toán bằng thẻ
타잉 또안 방 테 v. 카드로 결제하다

□ đắt 닫 a. 비싸다

□ rẻ 제 a. 싸다

□ rẻ hơn 제 헌
= phải chăng 파이 짱
a. 더 싸다, 저렴하다

□ được giảm giá 드억 잠 자
v. 할인되다

□ hết hàng 헫 항
v. 매진되다

□ cửa hàng thực phẩm
끄어 항 특 펌 n. 식료품점

□ kệ trưng bày 께 쯩 바이
n. 진열대

□ đồ ăn liền 도 안 리엔
n. 인스턴트식품

□ mỳ ăn liền 미 안 리엔
= mỳ tôm 미 똠
n. 라면

□ cửa hàng thịt 끄어 항 틷
n. 정육점

□ cửa hàng cá 끄어 항 까
n. 생선 가게

□ cửa hàng bánh ngọt
끄어 항 바잉 응언 n. 빵집

□ cửa hàng kem 끄어 항 껨
n. 아이스크림 가게

□ cửa hàng xe máy 끄어 항 쎄 마이
n. 오토바이 가게

□ cửa hàng hoa 끄어 항 호아
n. 꽃 가게

□ cửa hàng quần áo
끄어 항 꾸언 아오 n. 옷 가게

□ quần áo 꾸언 아오
n. 옷, 의류

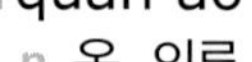

□ cỡ 꺼
= kích cỡ 끽 꺼
n. (옷·신발 등의) 크기, 사이즈

□ cửa hàng mỹ phẩm
끄어 항 미 펌 n. 화장품 가게

□ mỹ phẩm 미 펌
n. 화장품

□ nước hoa 느억 호아
n. 향수

□ tiệm giặt là 띠엠 잘 라
n. 세탁소

□ giặt 잘
v. 세탁하다

□ giặt khô 잘 코
v. 드라이클리닝하다

□ giặt tay 잘 따이
v. 손세탁하다

□ đồ giặt 도 잘
n. 세탁물

□ vết bẩn 벧 번
v. 얼룩

□ tẩy 떠이
v. 제거하다, 지우다

□ tẩy vết bẩn 떠이 벧 번
얼룩을 제거하다

□ là 라
v. 다림질하다

□ bàn là 반 라
n. 다리미

□ sửa 쓰어
v. 수선하다

□ phòng môi giới bất động sản
펑 모이 저이 벋 동 싼
n. 부동산 중개소

□ cửa hàng 끄어 항 n. 상점, 가게

□ chợ 쩌 n. 시장
- □ chợ bán buôn 쩌 반 부온 n. 도매시장
- □ chợ bán lẻ 쩌 반 래 n. 소매시장
- □ đi chợ 디 쩌 v. 장을 보다

□ siêu thị 씨에우 티 n. 마트
- □ siêu thị lớn 씨에우 티 런 n. 대형 마트

□ trung tâm thương mại 쭝 떰 트엉 마이 n. 백화점

Anh ấy thích mua sắm trong trung tâm thương mại.
아잉 어이 틱 무어 쌈 쩡 쭝 떰 트엉 마이
그는 백화점에서 쇼핑하는 걸 좋아해요.

□ mua 무어 v. 사다, 구입하다
= mua sắm 무어 쌈

□ bán 반 v. 팔다

□ sản phẩm 싼 펌 n. 상품, 제품
- □ sản phẩm đông lạnh 싼 펌 동 라잉 n. 냉동식품
- □ sản phẩm tươi sống 싼 펌 뜨어이 쏭 n. 신선 식품
- □ hải sản 하이 싼 n. 해산물
- □ sản phẩm chăn nuôi 싼 펌 짠 누오이 n. 축산물

Sản phẩm này cho tôi 3 chiếc.
싼 펌 나이 쩌 또이 바 찌엑
같은 제품으로 3개 주세요.

□ nhân viên bán hàng 년 비엔 반 항 n. 백화점 점원, 판매원

□ thanh toán 타잉 또안 v. 지불하다, 결제하다

□ thanh toán bằng thẻ 타잉 또안 방 테 v. 카드로 결제하다

□ trả góp 짜 겁 v. 할부로 결제하다

□ thanh toán một lần 타잉 또안 몯 런 v. 일시불로 결제하다

Anh sẽ thanh toán một lần hay trả góp?
아잉 쎄 타잉 또안 몯 런 하이 짜 겁?
일시불로 하시겠어요 할부로 하시겠어요?

□ đổi hàng 도이 항 v. 교환하다

□ hoàn tiền 호안 띠엔 v. 환불하다

□ trả lại hàng 짜 라이 항 v. 반품하다

□ hóa đơn 호아 던 n. 영수증, 계산서

Vứt cái hóa đơn này hộ tôi.
븓 까이 호아 던 나이 호 또이
이 영수증을 버려 주세요.

□ khu 쿠 n. 구역 (백화점의 코너)
- □ khu ẩm thực 쿠 엄 특 n. 음식 코너
- □ khu thời trang nữ 쿠 터이 짱 느 n. 여성 패션 코너
- □ khu thời trang nam 쿠 터이 짱 남 n. 남성 패션 코너
- □ khu bán đồng hồ 쿠 반 동 호 n. 시계 코너
- □ khu đồ trẻ em 쿠 도 쩨 엠 n. 아동용품 코너

□ khu trưng bày sản phẩm 쿠 쯩 바이 싼 펌 n. 제품 진열장

□ kệ trưng bày 께 쯩 바이 n. 진열대

Cái áo khoác trên kệ trưng bày là cái cuối cùng.
까이 아오 코악 쩬 께 쯩 바이 라 까이 꾸오이 꿍
진열대에 있는 것이 마지막 남은 자켓입니다.

□ khách hàng 카익 항 n. 손님, 고객

□ quý khách 꾸이 카익 n. 고객님(종업원, 판매원이 손님을 부를 때)

□ nhân viên giao hàng 년 비엔 자오 항 n. 배달 직원

□ quầy thanh toán 꾸어이 타잉 또안 n. 계산대

□ nhân viên quầy thanh toán 년 비엔 꾸어이 타잉 또안 n. 계산대 점원

□ giá cả 자 까 n. 가격, 요금

□ đắt 닫 a. 비싸다

□ rẻ 제 a. 싸다

□ rẻ hơn 제 헌 a. 더 싸다, 저렴하다
= phải chăng 파이 짱

Đi chợ ở siêu thị rẻ hơn.
디 쩌 어 씨에우 티 제 헌
마트에서 장을 보는 게 경제적이에요.

□ mặc cả 막 까 v. 흥정하다, 가격을 깎다

□ được giảm giá 드억 잠 자 v. 할인되다

□ hạ giá đồng loạt 하 자 동 로앋 v. 전부 동시에 세일하다(전품목 세일하다)

Cửa hàng hạ giá đến bao giờ?
끄아 항 하 자 덴 바오 저?
언제까지 세일인가요?

□ thanh lý hàng tồn kho 타잉 리 항 똔 커 v. 재고를 정리하다

□ bán giá gốc 반 자 곱 v. 원가로 판매하다

□ hết hàng 헫 항 v. 매진되다

□ khuyến mại 쿠이엔 마이 v. 판매를 촉진하다

□ sản phẩm khuyến mại 싼 펌 쿠이엔 마이 n. 할인 상품

□ chất lượng 쩟 르엉 n. 품질

Chất lượng da rất quan trọng đối với giầy da.
쩟 르엉 자 젓 꾸안 쩡 도이 버이 저이 자
구두는 가죽의 품질이 중요해요.

□ cửa hàng thực phẩm 끄어 항 특 펌 n. 식료품점

□ sản phẩm từ sữa 싼 펌 뜨 쓰어 n. 유제품

□ đồ ăn liền 도 안 리엔 n. 인스턴트식품

Đồ ăn liền không tốt cho sức khỏe.
도 안 리엔 콩 똣 쩌 쓱 코에
인스턴트식품은 건강에 좋지 않아요.

□ mỳ ăn liền 미 안 리엔 n. 라면
= mỳ tôm 미 똠

□ hạn sử dụng 한 쓰 중 n. 유통기한

□ ngày sản xuất 응아이 싼 쑤얻 n. 제조일

□ cửa hàng sách 끄어 항 싸익 n. 서점

Tôi đi hiệu sách để mua sách mỗi tháng một lần.
또이 디 히에우 싸익 데 무어 싸익 모이 탕 몯 런
한 달에 한 번은 책을 사러 서점에 가요.

□ cửa hàng văn phòng phẩm 끄어 항 반 펑 펌 n. 문방구

□ cửa hàng thịt 끄어 항 팉 n. 정육점

Cửa hàng thịt bán rất nhiều loại thịt.
끄아 항 팉 반 젇 니에우 로아이 팉
정육점에서는 여러 종류의 고기들을 팔고 있어요.

□ cửa hàng cá 끄어 항 까 n. 생선 가게

□ cửa hàng gạo 끄어 항 가오 n. 쌀가게

□ cửa hàng rau 끄어 항 자우 n. 채소 가게

□ cửa hàng bánh ngọt 끄어 항 바잉 응엇 n. 빵집

□ cửa hàng bánh kẹo 끄어 항 바잉 께오 n. 제과점

□ cửa hàng kem 끄어 항 껨 n. 아이스크림 가게

Chúng ta hãy gặp nhau tại quán kem trên đường Tràng Tiền nhé.
쭝 따 하이 갑 냐우 따이 꾸안 껨 쩬 드엉 짱 띠엔 녜
짱 띠엔 길에 있는 아이스크림 가게에서 만나자.

□ cửa hàng xe máy 끄어 항 쌔 마이 n. 오토바이 가게

□ cửa hàng đồ gia dụng 끄어 항 도 자 중 n. 가전제품점

□ cửa hàng đồ điện tử 끄어 항 도 디엔 뜨 n. 전자제품점

□ cửa hàng điện thoại di động 끄어 항 디엔 토아이 지 동 n. 휴대폰 가게

Tôi thấy bảo bây giờ đang có giảm giá ở cửa hàng điện thoại di động.
또이 터이 바오 버이 저 당 꺼 잠 자 어 끄아 항 디엔 토아이 지 동
지금 휴대폰 가게에서 세일을 하고 있대요.

□ cửa hàng hoa 끄어 항 호아 n. 꽃 가게

□ cửa hàng kính mắt 끄어 항 낑 맏 n. 안경점

□ kính mắt 낑 맏 n. 안경

□ kính áp tròng 낑 압 쩡 n. 콘택트렌즈

□ cửa hàng quần áo 끄어 항 꾸언 아오 n. 옷 가게

□ quần áo 꾸언 아오 n. 옷, 의류

□ áo 아오 n. 상의

□ quần 꾸언 n. 하의

□ thời trang 터이 짱 n. 패션

□ thiết kế 티엔 께 n. 디자인

□ cỡ 꺼 n. (옷·신발 등의) 크기, 사이즈
= kích cỡ 끽 꺼

Cái áo sơ mi này không có cỡ lớn hơn à?
까이 아오 써 미 나이 콩 꺼 꺼 런 헌 아?
이 와이셔츠는 더 큰 사이즈 없어요?

□ cửa hàng mỹ phẩm 끄어 항 미 펌 n. 화장품 가게
□ mỹ phẩm 미 펌 n. 화장품
□ nước hoa 느억 호아 n. 향수
□ nước hoa hồng 느억 호아 홍 n. 스킨
□ kem chống nắng 껨 쫑 낭 n. 선크림
□ son 썬 n. 립스틱
□ bút kẻ mắt 붇 께 맏 n. 아이라이너
□ sơn móng tay 썬 멍 따이 n. 매니큐어
□ phấn nước 펀 느억 n. BB 크림
□ phấn nền 펀 넨 n. 메이크업베이스
□ phấn phủ 펀 푸 n. 파운데이션
□ phấn 펀 n. 파우더

Mỹ phẩm Hàn Quốc vừa tốt vừa phải chăng nên rất được ưa chuộng.
미 펌 한 꾸옥 브아 똗 브아 파이 짱 넨 젇 드억 으아 쭈옹
한국 화장품은 기능이 좋고 저렴해서 인기가 있어요.

□ dầu gội đầu 저우 고이 더우 n. 샴푸
□ dầu xả 저우 싸 n. 린스

□ kem đánh răng 껨 다잉 장 n. 치약
□ bàn chải đánh răng 반 짜이 다잉 장 n. 칫솔

□ giặt 잗 v. 세탁하다
□ giặt tay 잗 따이 v. 손세탁하다
□ đồ giặt 도 잗 n. 세탁물

□ tiệm giặt là 띠엠 잘 라 n. 세탁소

□ đem đến tiệm giặt là 뎀 덴 띠엠 잘 라 세탁소에 맡기다

Tôi sẽ đem những bộ quần áo này đến tiệm giặt là.
또이 쎄 뎀 능 보 꾸언 아오 나이 덴 띠엠 잘 라
이 옷들은 세탁소에 가져가서 맡길 거예요.

□ giặt khô 잘 코 v. 드라이클리닝하다

Cái áo này phải giặt khô.
까이 아오 나이 파이 잘 코.
이 옷은 반드시 드라이클리닝해야 돼요.

□ lấy về 러이 베 v. 찾아오다

□ vết bẩn 벧 번 n. 얼룩

□ tẩy 떠이 v. 제거하다, 지우다

□ tẩy vết bẩn 떠이 벧 번 얼룩을 제거하다

Anh có thể tẩy vết bẩn trên chiếc váy này được không?
아잉 꺼 테 떠이 벧 번 쩬 찌엑 바이 나이 드억 콩?
이 드레스에 있는 얼룩 좀 제거해 주시겠어요?

□ vết bẩn biến mất 벧 번 비엔 먿 얼룩이 사라지다

□ là 라 v. 다림질하다

□ bàn là 반 라 n. 다리미

Tôi bị bỏng tay trong lúc là quần áo.
또이 비 벙 따이 쩡 룩 라 꾸언 아오
다림질하다가 손을 데었어요.

□ sửa 쓰어 v. 수선하다

□ vá 바 v. 깁다

□ cắt ngắn 깓 응안 v. (길이를) 줄이다

□ phòng môi giới bất động sản 펑 모이 저이 벋 동 싼 n. 부동산 중개소

□ nhà riêng 냐 지엥 n. 주택

□ chung cư 쭝 끄 n. 아파트

Dạo này, nhiều nhà chung cư cao tầng đang mọc lên.
자오 나이, 니에우 냐 쭝 끄 까오 떵 당 멉 렌
요즘 고층 아파트가 많이 들어서고 있어요.

□ nhà tập thể 냐 떱 테 n. 연립 주택

꼭! 써먹는 **실전 회화**

18. 원피스

Nhân viên bán hàng	Chị cần tìm gì ạ? 찌 껀 띰 지 아? 찾으시는 물건이 있나요?
Linh	Vâng, tôi muốn mặc thử cái váy liền này. 벙, 또이 무온 막 트 까이 바이 리엔 나이 네, 이 원피스를 입어보고 싶은데요.
Nhân viên bán hàng	Chị mặc cỡ bao nhiêu ạ? 찌 막 꺼 바오 니에우 아? 어떤 사이즈를 입으시죠?
Linh	Tôi mặc cỡ 36. 또이 막 꺼 바 싸우 저는 36 사이즈를 입어요.

※ nhân viên bán hàng 년 비엔 반 항 판매원

Bài 19.

병원&은행 Bệnh viện và Ngân hàng 벵 비엔 바 응언 항

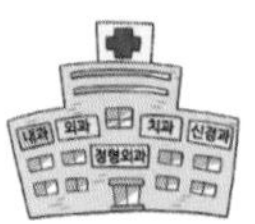

□ bệnh viện 벵 비엔
n. 병원

□ bệnh viện tư nhân
벵 비엔 뜨 년 n. 개인 병원

□ bác sỹ 박 씨
n. 의사

□ y tá 이 따
n. 간호사

□ bệnh nhân 벵 년
n. 환자

□ khám 캄
v. 진찰하다

□ đau 다우
a. 아프다

□ triệu chứng 찌에우 쯩
n. 증상

□ vết thương 벧 트엉
n. 상처

□ bị thương 비 트엉
v. 상처 입다

□ vết thâm 벧 텀 n. 멍

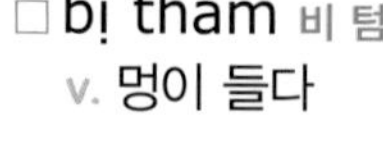

□ bị thâm 비 텀
v. 멍이 들다

□ bị bỏng 비 벙
v. 화상을 입다

□ gãy chân 가이 쩐
v. 다리가 부러지다

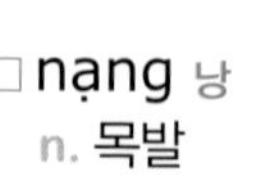

□ nạng 낭
n. 목발

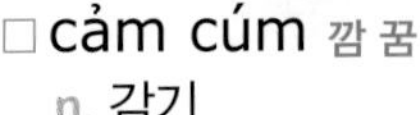

□ cảm cúm 깜 꿈
n. 감기

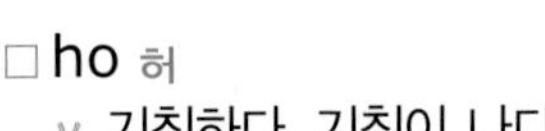

□ ho 허
v. 기침하다, 기침이 나다

□ bị sốt 비 쏟
v. 열나다

□ khó tiêu 커 띠에우
a. 소화가 잘 안되다

□ dạ dày 자 자이 n. 위

□ ruột 주옫 n. 장

□ nôn 논
v. 구역질하다, 구토하다

□ buồn nôn 부온 논
a. 메스껍다

□ chóng mặt 쩡 맏
n. 어지럼증, 현기증

□ thiếu máu 티에우 마우
n. 빈혈

□ bị đốt 비 돋
v. (벌레에) 쏘이다

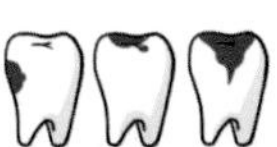

□ răng sâu 장 써우
n. 충치

□ nhổ răng 뇨 장
v. 이를 때우다

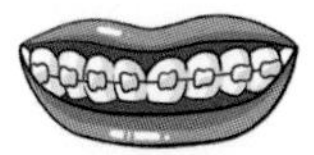

□ chỉnh răng 찡 장
v. 치아 교정하다

□ nhập viện 녑 비엔
v. 입원하다

□ xuất viện 쑤얻 비엔
v. 퇴원하다

□ hiệu thuốc 히에우 투옥 n. 약국

□ kê đơn 께 던 v. 처방하다

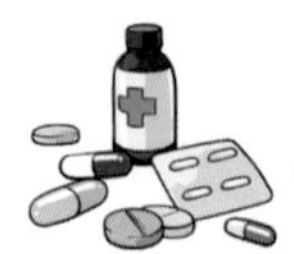

□ thuốc 투옥 n. 약

□ đơn thuốc 던 투옥 n. 처방전

□ thuốc tiêu hóa 투옥 띠에우 호아 n. 소화제

□ thuốc ngủ 투옥 응우 n. 수면제

□ thuốc đau đầu 투옥 다우 더우 n. 두통약

□ thuốc giảm đau 투옥 잠 다우 n. 진통제

□ thuốc hạ sốt 투옥 하 쏟 n. 해열제

□ thuốc mỡ 투옥 머 n. 연고

□ băng vết thương 방 벧 트엉 n. 반창고, 밴드

□ ngân hàng 응언 항 n. 은행

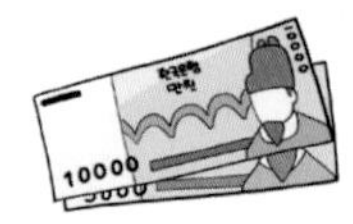

□ tiền 띠엔 n. 돈

□ tiền mặt 띠엔 맏 n. 현금, 화폐

□ tiền thừa 띠엔 트아 n. 잔돈, 거스름돈

□ tài khoản 따이 코안
n. 계좌

□ chuyển khoản
쭈이엔 코안
v. 계좌 이체하다

□ tiền lãi 띠엔 라이
n. 이자

□ gửi tiền 그이 띠엔
v. 예금하다, 입금하다

□ rút tiền 줏 띠엔
v. 돈을 찾다, 출금하다

□ máy rút tiền 마이 줏 띠엔
= cây rút tiền 꺼이 줏 띠엔
n. 현금 인출기

□ dịch vụ ngân hàng qua Internet 직 부 응언 항 꾸아 인 떠 넷
n. 인터넷 뱅킹

□ mật khẩu 먿 커우
n. 비밀번호

□ thẻ tín dụng 테 띤 중
n. 신용 카드

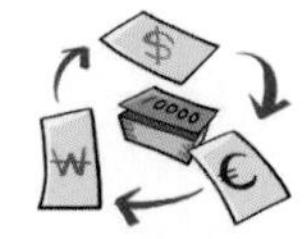

□ đổi tiền 도이 띠엔
v. 환전하다

□ bệnh viện 벵 비엔 n. 병원
 □ bệnh viện tư nhân 벵 비엔 뜨 년 n. 개인 병원
 □ bệnh viện đa khoa 벵 비엔 다 코아 n. 종합 병원

□ bác sỹ 박 씨 n. 의사

□ y tá 이 따 n. 간호사

□ bệnh nhân 벵 년 n. 환자

□ khám 캄 v. 진찰하다

□ được tư vấn 드억 뜨 번 v. 상담받다

Nếu anh vẫn tiếp tục bị đau lưng thì anh phải được tư vấn bác sỹ.
네우 아잉 번 띠엡 뚝 비 다우 릉 티 아잉 파이 드억 뜨 번 박 씨
만약 계속 허리가 아프다면 의사에게 상담받아야 해요.

□ kiếm tra 끼엠 짜 v. 검사하다

□ triệu chứng 찌에우 쯩 n. 증상

□ đau 다우 a. 아프다

□ bị bỏng 비 벙 v. 화상을 입다

□ miệng đắng 미엥 당 입이 쓰다

□ vết thương 벳 트엉 n. 상처
 □ bị thương 비 트엉 v. 상처 입다

Tôi cần thuốc mỡ để bôi vào vết thương.
또이 껀 투옥 머 데 보이 바오 벳 트엉
상처에 바르는 연고가 필요해요.

□ vết thâm 벳 텀 n. 멍
 □ bị thâm 비 텀 v. 멍이 들다

□ mủ 무 n. 고름

□ viêm 비엠 n. 염증

□ khớp 컵 n. 관절

□ viêm khớp 비엠 컵 n. 관절염

□ viêm mũi 비엠 무이 n. 비염

□ ngạt mũi 응앋 무이 코가 막히다

□ nước mũi 느윽 무이 n. 콧물

□ cảm cúm 깜 꿈 n. 감기

□ bị sốt 비 쏟 v. 열나다

Nga bị sốt từ đêm hôm qua.
응아 비 쏟 뜨 뎀 홈 꾸아
응아는 어젯밤부터 열이 있어요.

□ ho 허 v. 기침하다, 기침이 나다

□ rát họng 잗 헝 목이 칼칼하다

□ đờm 덤 n. 가래

□ ngã 응아 v. 넘어지다

□ trẹo 쩨오 v. 삐다

= trật 쩓

□ sưng 씅 a. 붓다

□ gãy chân 가이 쩐 v. 다리가 부러지다

□ nạng 낭 n. 목발

□ huyết áp 후이엗 압 n. 혈압

□ huyết áp cao 후이엗 압 까오 n. 고혈압

□ huyết áp thấp 후이엗 압 텁 n. 저혈압

□ khó tiêu 커 띠에우 a. 소화가 잘 안되다

□ dạ dày 자 자이 n. 위

Tôi bị sót dạ dày.
또이 비 썯 자 자이
위가 쓰려요.

□ ruột 주옫 n. 장

□ viêm ruột thừa 비엠 주옫 트아 n. 맹장염

□ nôn 논 v. 구역질하다, 구토하다
□ buồn nôn 부온 논 a. 메스껍다

□ bệnh tiêu chảy 벵 띠에우 짜이 n. 설사
□ bị tiêu chảy 비 띠에우 짜이 v. 설사하다

□ táo bón 따오 번 n. 변비

□ chóng mặt 쩡 맏 n. 어지럼증, 현기증

Gần đây, tôi thường xuyên bị chóng mặt.
건 데이, 또이 트엉 쑤이엔 비 쩡 맏
요즘 전 자주 어지러워요.

□ thiếu máu 티에우 마우 n. 빈혈

□ phát ban 팓 반 n. 두드러기

□ bị cắn 비 깐 v. (동물에) 물리다
□ bị đốt 비 돋 v. (벌레에) 쏘이다

□ răng hàm 장 함 n. 어금니
□ răng khôn 장 콘 n. 사랑니
□ răng sữa 장 쓰어 n. 유치
□ răng sâu 장 써우 n. 충치

□ bị sâu răng 비 써우 장 v. 충치가 생기다
□ nhổ răng 뇨 장 v. 이를 때우다
□ chỉnh răng 찡 장 v. 치아 교정하다

Anh phải nhổ răng sâu.
아잉 파이 뇨 장 써우
충치를 때워야 합니다.

□ tiền sử bệnh 띠엔 쓰 벵 n. 병력

Anh có tiền sử đau dạ dày không?
아잉 꺼 띠엔 쓰 다우 자 자이 콩?
위염을 앓으신 적 있나요?

□ chẩn đoán 쩐 도안 v. 진단하다
□ nhập viện 녑 비엔 v. 입원하다
□ xuất viện 쑤얻 비엔 v. 퇴원하다
□ phẫu thuật 퍼우 투얻 v. 수술하다
□ gây mê 거이 메 v. 마취시키다

□ mũi tiêm 무이 띠엠 n. 주사
□ đi tiêm 디 띠엠 v. 주사 맞으러 가다

□ người nhà bệnh nhân 응으어이 냐 벵 년 n. 환자 가족

□ bảo hiểm y tế 바오 히엠 이 떼 n. 의료 보험

□ đơn thuốc 던 투옥 n. 처방전

□ kê đơn 께 던 v. 처방하다

□ hiệu thuốc 히에우 투옥 n. 약국

□ thuốc 투옥 n. 약
□ thuốc tiêu hóa 투옥 띠에우 호아 n. 소화제
□ thuốc ngủ 투옥 응우 n. 수면제
□ thuốc đau đầu 투옥 다우 더우 n. 두통약

□ thuốc giảm đau 투옥 잠 다우 n. 진통제
□ thuốc hạ sốt 투옥 하 쏟 n. 해열제

Anh có thuốc hạ sốt cho trẻ em không?
아잉 꺼 투옥 하 쏟 쪄 쩨 엠 콩?
어린이 해열제 있어요?

□ tác dụng phụ 딱 중 푸 n. 부작용

□ thuốc mỡ 투옥 머 n. 연고

□ băng dán vết thương 방 잔 벧 트엉 n. 반창고, 밴드

□ ngân hàng 응언 항 n. 은행

□ tiền 띠엔 n. 돈
□ tiền mặt 띠엔 맏 n. 현금, 화폐
□ tiền thừa 띠엔 트아 n. 잔돈, 거스름돈
□ ngân phiếu 응언 피에우 n. 수표

□ tài khoản 따이 코안 n. 계좌
□ sổ tiết kiệm 쏘 띠엗 끼엠 n. 저축 통장

□ gửi tiền 그이 띠엔 v. 예금하다, 입금하다
□ rút tiền 줃 띠엔 v. 돈을 찾다, 출금하다
□ chuyển tiền 쭈이엔 띠엔 v. 송금하다
□ chuyển khoản 쭈이엔 코안 v. 계좌 이체하다

Tôi muốn rút 2 trăm triệu đồng trong tài khoản.
또이 무온 줃 하이 짬 찌에우 동 쩡 따이 코안
제 계좌에서 2억 동을 찾고 싶습니다.

□ máy rút tiền 마이 줃 띠엔 n. 현금 인출기
= cây rút tiền 꺼이 줃 띠엔

Có cây rút tiền gần đây phải không?
꺼 꺼이 줃 띠엔 건 더이 파이 콩?
가까운 현금 인출기가 어디에 있죠?

□ dịch vụ ngân hàng qua Internet 직 부 응언 항 꾸아 인 떠 넽
n. 인터넷 뱅킹

□ mật khẩu 먿 커우 n. 비밀번호

□ tiền lãi 띠엔 라이 n. 이자
□ lãi suất 라이 쑤엇 n. 이자율, 금리

□ cho vay 쩌 바이 v. 대출하다
□ vay 바이 v. 빌리다

□ tín dụng 띤 중 n. 신용
□ thẻ tín dụng 테 띤 중 n. 신용 카드

□ đổi tiền 도이 띠엔 v. 환전하다

□ phí 피 n. 비용, 요금

□ phí hoa hồng 피 호아 홍 n. 중개료, 수수료

19. 두통

꼭! 써먹는 **실전 회화**

Linh Anh có thuốc giảm đau không?
아잉 꺼 투옥 잠 다우 콩?
너 진통제 있어?

Việt Có. Em bị đau đầu à?
꺼. 앰 비 다우 더우 아?
응. 머리가 아프니?

Linh Vâng. Đầu em đau kinh khủng.
벙. 더우 엠 더우 낑 쿵
응. 머리가 지독하게 아파.

Việt Em nên đến khám bác sỹ.
엠 넨 덴 캄 박 씨
의사에게 진찰을 받는 게 좋겠다.

연습 문제

다음 단어를 읽고 맞는 뜻과 연결하세요.

1. bệnh viện	•	• 교실
2. buổi học	•	• 병원
3. chợ	•	• 상점, 가게
4. công việc	•	• 선생님, 교사
5. cửa hàng	•	• 수업
6. giáo viên	•	• 시장
7. hiệu thuốc	•	• 약국
8. học sinh	•	• 은행
9. lớp học	•	• 일
10. ngân hàng	•	• 카페, 커피숍
11. quán cà phê	•	• 학교
12. trường	•	• 학생

1. bệnh viện – 병원 2. buổi học – 수업 3. chợ – 시장 4. công việc – 일
5. cửa hàng – 상점, 가게 6. giáo viên – 선생님, 교사 7. hiệu thuốc – 약국
8. học sinh – 학생 9. lớp học – 교실 10. ngân hàng – 은행
11. quán cà phê – 카페, 커피숍 12. trường – 학교

Chương 6

교통 Giao thông 자오 통

□ giao thông 자오 통
n. 교통

□ phương tiện giao thông
프엉 띠엔 자오 통 n. 교통수단

□ máy bay 마이 바이
n. 비행기

□ sân bay 썬 바이
n. 공항

□ vé máy bay 베 마이 바이
n. 항공권

□ hộ chiếu 호 찌에우
n. 여권

□ xuất phát 쑤얻 팓
v. 출발하다

□ đến nơi 덴 너이
v. 도착하다

□ lên 렌 v. 타다

□ xuống 쑤옹 v. 내리다

□ lên xe 렌 쎄 v. 승차하다

□ xuống xe 쑤옹 쎄 v. 하차하다

□ cất cánh 껃 까잉
v. 이륙하다

□ hạ cánh 하 까잉
v. 착륙하다

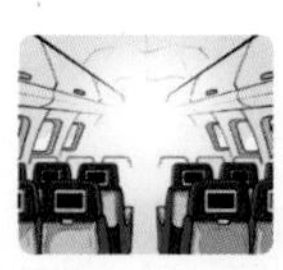

□ chỗ ngồi 쪼 응오이
n. 좌석

□ trong máy bay 쩡 마이 바이
기내

□ hành lý 하잉 리 n. 짐, 수하물

□ gửi 그이 v. 맡기다

□ tiếp viên hàng không
띠엡 비엔 항 콩 n. 승무원

□ áo phao cứu sinh
아오 파오 끄우 씽 n. 구명조끼

□ cửa hàng miễn thuế
끄아 항 미엔 투에 n. 면세점

□ vé hạng phổ thông 베 항 포 통
n. 이코노미석

□ vé hạng thương gia 베 항 트엉 자
n. 비즈니스석

□ vé hạng nhất 베 항 녓
n. 일등석

□ cổng kiểm tra an ninh
꽁 끼엠 짜 안 닝 n. 검색대

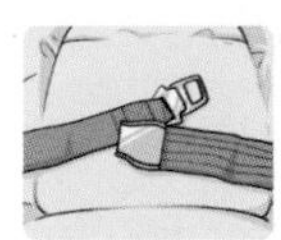

□ dây an toàn 저이 안 또안
n. 안전벨트

□ cửa thoát hiểm 끄아 토앗 히엠
n. 비상구

□ tàu hỏa 따우 호아
n. 기차

□ ga tàu hỏa 가 따우 호아
n. 기차역

□ sân ga 썬 가
n. 플랫폼

□ đường ray 드엉 자이
n. 선로, 레일

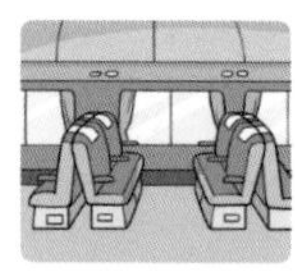

□ toa hành khách
또아 하잉 카익 n. 객차, 객실 칸

□ chỗ 쪼
n. 자리

□ quầy bán vé
꾸어이 반 베 n. 매표소

□ vé tàu 베 따우
n. 기차표

□ đổi tàu 도이 따우
v. 환승하다

□ nơi đến 너이 덴
n. 목적지

□ hành trình 하잉 찡
n. 여정

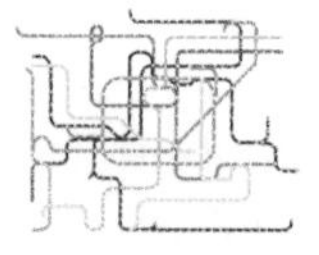

□ tàu điện ngầm 따우 디엔 응엄
n. 지하철

□ sơ đồ hệ thống tàu điện ngầm
써 도 헤 통 따우 디엔 응엄 지하철 노선도

□ tuyến 뚜이엔 n. 노선

□ xe buýt 쎄 부잇
n. 버스

□ điểm dừng xe buýt 디엠 증 쎄 부잇
n. 정류장

□ tắc xi 딱 씨
n. 택시

□ xe đạp 쎄 답
n. 자전거

□ xe máy 쎄 마이
n. 오토바이

□ mũ bảo hiểm
무 바오 히엠 n. 헬멧

□ khẩu trang 커우 짱
n. 마스크

□ thuyền 투이엔 n. 배, 선박

□ tàu 따우 n. 선박, 큰 배

□ bến cảng 벤 깡
n. 항구

□ giao thông 자오 통 n. 교통

□ phương tiện giao thông 프엉 띠엔 자오 통 n. 교통수단

Xe máy là phương tiện giao thông chủ yếu của thành phố này.
쌔 마이 라 프엉 띠엔 자오 통 쭈 이에우 꿔 타잉 포 나이
오토바이는 이 도시의 주요 교통수단이에요.

□ giao thông công cộng 자오 통 꽁 꽁 n. 대중교통

□ máy bay 마이 바이 n. 비행기

□ sân bay 썬 바이 n. 공항

□ hãng hàng không 항 항 콩 n. 항공사

□ vé máy bay 베 마이 바이 n. 항공권

□ hộ chiếu 호 찌에우 n. 여권

□ quầy làm thủ tục 꾸어이 람 투 뚝 n. 카운터

Quầy làm thủ tục của hàng không Việt Nam ở đâu ạ?
꾸어이 람 투 뚝 꿔 항 콩 비엔 남 어 더우 아?
베트남항공 카운터가 어디죠?

□ cửa 끄아 n. 창구

Muốn gửi hành lý thì phải đến cửa số mấy ạ?
무온 그이 하잉 리 티 파이 덴 끄아 쏘 머이 아?
수하물을 부치려면 몇 번 창구로 가야 하나요?

□ xuất phát 쑤얻 팓 v. 출발하다

□ đi 디 v. 떠나다

□ cất cánh 껃 까잉 v. 이륙하다

□ đến nơi 덴 너이 v. 도착하다

Tôi đang đợi anh ấy đến.
또이 당 더이 아잉 어이 덴
저는 그가 도착하길 기다리고 있어요.

□ hạ cánh 하 까잉 v. 착륙하다

□ chuyến bay 쭈이엔 바이 n. 비행편
  □ một chiều 몯 찌에우 n. 편도
  □ khứ hồi 크 호이 n. 왕복

□ tạm dừng máy bay 땀 증 마이 바이 v. 기항하다
  □ điểm tạm dừng máy bay 디엠 땀 증 마이 바이 n. 기항지

□ chỗ ngồi 쪼 응오이 n. 좌석
  □ vé hạng phổ thông 베 항 포 통 n. 이코노미석
  □ vé hạng thương gia 베 항 트엉 자 n. 비즈니스석
  □ vé hạng nhất 베 항 녇 n. 일등석

Khách đi vé hạng thương gia xin mời đi lên phía trước.
카익 디 베 항 트엉 자 씬 머이 디 렌 피아 쯔억
비즈니스석은 앞쪽으로 가시기 바랍니다.

□ lên 렌 v. 타다

□ lên máy bay 렌 마이 바이 v. 탑승하다

□ lên xe 렌 쎄 v. 승차하다

□ xuống 쑤옹 v. 내리다

□ xuống xe 쑤옹 쎄 v. 하차하다

□ hành lý 하잉 리 n. 짐, 수하물

Anh sẽ gửi toàn bộ hành lý à?
아잉 쎄 그이 또안 보 하잉 리 아?
짐은 전부 맡기실 건가요?

□ gửi 그이 v. 맡기다

□ kiểm tra 끼엠 짜 v. 검사하다

□ thẩm tra 텀 짜 v. 심사하다

□ kiểm tra xuất cảnh 끼엠 짜 쑤얻 까잉 n. 출국 심사

□ cổng kiểm tra an ninh 꽁 끼엠 짜 안 닝 n. 검색대

□ trong máy bay 쩡 마이 바이 기내

Các chất lỏng không được phép mang vào trong máy bay.
깍 쩓 렁 콩 드억 펩 망 바오 쩡 마이 바이
액체류는 기내 반입이 불가합니다.

□ khoang hành lý 코앙 하잉 리 n. 화물칸

□ cơ trưởng 꺼 쯔엉 n. 기장

□ tiếp viên hàng không 띠엡 비엔 항 콩 n. 승무원

Mơ ước của Trang là trở thành tiếp viên hàng không.
머 으억 꿔 짱 라 쩌 타잉 띠엡 비엔 항 콩
짱은 베트남항공 승무원이 되는 것이 꿈이에요.

□ đồ ăn trên máy bay 도 안 쩬 마이 바이 n. 기내식

□ dây an toàn 저이 안 또안 n. 안전벨트

□ áo phao cứu sinh 아오 파오 끄우 씽 n. 구명조끼

□ cửa thoát hiểm 끄아 토앋 히엠 n. 비상구

Xin quý khách vui lòng kiểm tra vị trí cửa thoát hiểm.
씬 꾸이 카익 부이 렁 끼엠 짜 브이 찌 끄아 토앋 히엠
비상구의 위치를 확인해 주시기 바랍니다.

□ cửa hàng miễn thuế 끄아 항 미엔 투에 n. 면세점

□ tàu hỏa 따우 호아 n. 기차

□ tàu tốc hành 따우 똡 하잉 n. 급행열차

□ tàu chậm 따우 쩜 n. 완행열차

□ tàu chạy thẳng 따우 짜이 탕 n. 직행열차

□ ga tàu hỏa 가 따우 호아 n. 기차역

Chúng tôi đã hẹn nhau lúc 7 giờ ở ga tàu.
쭝 또이 다 헨 냐우 룩 바이 저 어 가 따우
기차역에서 7시에 만나기로 해요.

□ bảng thông báo 방 통 바오 n. 알림판

□ sân ga 썬 가 n. 플랫폼

□ đường ray 드엉 자이 n. 선로, 레일

□ toa hành khách 또아 하잉 카익 n. 객차, 객실 칸

Toa hành khách số 8 ở đâu ạ?
또아 하잉 카익 쏘 땀 어 더우 아?
8번 객차는 어느 쪽에 있죠?

□ chỗ 쪼 n. 자리

□ quầy bán vé 꾸어이 반 베 n. 매표소

□ vé tàu 베 따우 n. 기차표

□ đổi tàu 도이 따우 v. 환승하다

□ thời gian biểu vận hành 터이 잔 비에우 번 하잉 운행 시간표

□ nơi đến 너이 덴 n. 목적지

□ hành trình 하잉 찡 n. 여정

□ tàu điện ngầm 따우 디엔 응엄 n. 지하철

□ vé tàu điện ngầm 베 따우 디엔 응엄 n. 지하철표

Hà Nội đang xây dựng đường tàu điện ngầm.
하 노이 당 써이 증 드엉 따우 디엔 응엄
하노이에는 지하철 공사가 한창이에요.

□ sơ đồ hệ thống tàu điện ngầm 써 도 헤 통 따우 디엔 응엄 지하철 노선도

□ lối ra vào tàu điện ngầm 로이 자 바오 따우 디엔 응엄 지하철 출입구

□ tuyến 뚜이엔 n. 노선

□ xe buýt 쎄 부읻 n. 버스

□ xe buýt trong thành phố 쎄 부읻 쩡 타잉 포 시내버스

□ xe buýt chạy ngoại thành 쎄 부읻 짜이 응오아이 타잉 시외버스

□ xe buýt du lịch 쎄 부읻 주 릭 관광 버스

□ xe buýt giường nằm 쎄 부읻 즈엉 남 슬리핑 버스

Tôi đã đi đến Đà Nẵng bằng xe buýt giường nằm.
또이 다 디 덴 다 낭 방 쎄 부읻 즈엉 남
다낭까지 슬리핑 버스를 타고 이동했어요.

□ điểm dừng xe buýt 디엠 증 쎄 부읻 n. 정류장

□ điểm cuối bến 디엠 꾸오이 벤 n. 종점

□ tắc xi 딱 씨 n. 택시

□ đồng hồ công tơ mét 동 호 꽁 떠 멘 n. 택시 미터기

Tốt nhất là không nên đi tắc xi hoạt động trái phép.
똗 녇 라 콩 넨 디 딱 씨 호앋 동 짜이 펩
불법 택시는 이용하지 않는 게 좋아요.

□ xe đạp 쎄 답 n. 자전거

□ mượn 므언 v. 빌리다

□ xe máy 쎄 마이 n. 오토바이
  □ mũ bảo hiểm 무 바오 히엠 n. 헬멧
  □ khẩu trang 커우 짱 n. 마스크

Nhà anh có mấy cái xe máy?
냐 아잉 꺼 머이 까이 쎄 마이?
집에 오토바이가 몇 대 있어요?

□ thuyền 투이엔 n. 배, 선박
  □ tàu 따우 n. 선박, 큰 배

□ bến cảng 벤 깡 n. 항구

□ say tàu 싸이 따우 n. 뱃멀미

20. 비행기 예약

꼭! 써먹는 **실전 회화**

Việt Tôi muốn đặt vé máy bay đi Seoul.
또이 무온 닫 베 마이 바이 디 쎄운
서울행 비행기 티켓을 예약하려고 합니다.

Hãng hàng không Anh định đi vào ngày nào ạ?
아잉 딩 디 바오 응아이 나오 아?
언제 떠날 예정인가요?

Việt Tôi muốn đi vào khoảng từ 20 đến 23 tháng 12.
또이 무온 디 바오 코앙 뜨 하이 므어이 덴 하이 므어이 바 탕 므어이 하이
12월 20일에서 23일 사이에 떠나고 싶어요.

Hãng hàng không Anh đi khứ hồi hay một chiều ạ?
아잉 디 크 호이 하이 몯 찌에우 아?
편도인가요, 왕복인가요?

Việt Cho tôi vé khứ hồi.
쩌 또이 베 크 호이
왕복으로요.

※ hãng hàng không 항 항 콩 항공사

Bài 21.

운전 Lái xe 라이 쎄

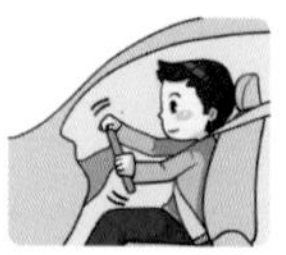

□ lái xe 라이 쎄
v. 운전하다

□ người lái xe 응으어이 라이 쎄
n. 운전자

□ ô tô 오 또 n. 자동차

□ xe con 쎄 껀 n. 승용차

□ vô lăng 보 랑
n. 핸들

□ dây an toàn 저이 안 또안
n. 안전벨트

□ tăng tốc 땅 똡
v. 속력을 내다

□ chân ga 쩐 가
n. 액셀러레이터, 가속 페달

□ đạp chân ga 답 쩐 가
v. 액셀을 밟다

□ dừng xe 증 쎄
v. 정지하다

□ phanh 파잉
n. 브레이크

□ đạp phanh 답 파잉
v. 브레이크를 밟다

□ đèn pha trước 덴 파 쯔억
n. 전조등, 헤드라이트

□ còi 꺼이
n. 경적

□ lốp xe 롭 쎄
n. 타이어

□ gọi điện thoại trong lúc lái xe
거이 디엔 토아이 쩡 룩 라이 쎄 운전 중 통화

□ uống rượu bia khi tham gia giao thông
우옹 지에우 비아 키 탐 자 자오 통
음주 운전

□ biển báo giao thông
비엔 바오 자오 통 n. 교통 표지판

□ biển chỉ đường 비엔 찌 드엉
n. (도로) 표지판

□ đèn tín hiệu 덴 띤 히에우
n. 신호등

□ tốc độ 똡 도
n. 속도

□ tốc độ quy định 똡 도 뀌 딩
n. 규정 속도, 제한 속도

□ vi phạm tốc độ 브이 팜 똡 도
속도위반

□ nhanh 냐잉
a. 빠르다

□ chậm 쩜
a. 느리다

□ người đi bộ
응으어이 디 보
n. 보행자

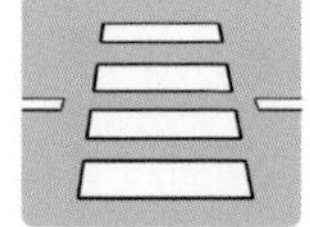

□ vạch cho người đi bộ sang đường
바익 쩌 응으어이 디 보 쌍 드엉
n. 횡단보도

□ chỗ giao với tàu hỏa
쪼 자오 버이 따우 호아
n. 건널목

□ trạm đổ xăng 짬 도 쌍
n. 주유소

□ đổ xăng 도 쌍
v. 주유하다

□ bãi rửa xe 바이 즈어 쎄
n. 세차장

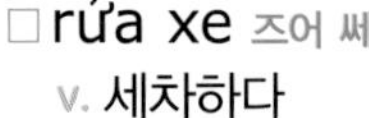

□ rửa xe 즈어 쎄
v. 세차하다

□ xăng 쌍
n. 휘발유, 가솔린

□ dầu 저우
n. 경유, 디젤

□ khí thiên nhiên 키 티엔 니엔
n. 천연가스

□ lít 릿
n. 리터

□ lượng 르엉
n. 양

□ đánh bóng 다잉 벙
v. 왁스로 닦다

□ bãi đỗ xe 바이 도 쎄
n. 주차장

□ đỗ xe 도 쎄
v. 주차하다

□ cấm đỗ xe 껌 도 쎄
v. 주차 금지하다

□ giao thông phức tạp
자오 통 픅 땁 교통이 혼잡하다

□ ùn tắc giao thông 운 딱 자오 통
교통이 지체되다

□ đường 드엉
n. 도로

□ vỉa hè 비아 헤
n. 인도

□ nơi giao nhau 너이 자오 냐우
n. 교차로

□ chỗ quay đầu xe
쪼 꾸아이 더우 쎄 n. 유(U)턴

□ rẽ trái 제 짜이 v. 좌회전하다

□ rẽ phải 제 파이 v. 우회전하다

□ vạch giữa hai làn đường
바익 즈아 하이 란 드엉 n. 중앙선

□ lề đường 레 드엉 n. 갓길

□ gờ giảm tốc 거 잠 똡
n. 과속방지턱

□ đường hầm 드엉 험
n. 터널

□ cảnh sát giao thông
까잉 쌋 자오 통 n. 교통경찰

□ lái xe 라이 쎄 v. 운전하다

Xin cảm ơn nhưng tôi không được uống rượu vì còn phải lái xe.
씬 깜 언 니응 또이 콩 드억 우옹 지에우 브이 껀 파이 라이 쎄
고맙지만 운전 때문에 술은 못 마셔요.

□ ô tô 오 또 n. 자동차

□ xe tải loại nhỏ 쎄 따이 로아이 녀 n. 밴

□ xe con 쎄 껀 n. 승용차

□ xe công ten nơ 쎄 꽁 뗀 너 n. 컨테이너

□ xe tải 쎄 따이 n. 트럭

□ xe đầu kéo 쎄 더우 께오 n. 트레일러

□ vô lăng 보 랑 n. 핸들

□ dây an toàn 저이 안 또안 n. 안전벨트
  □ thắt dây an toàn 탇 저이 안 또안 v. 안전벨트를 매다

□ tăng tốc 땅 똡 v. 속력을 내다

Chiếc xe đó đột nhiên tăng tốc nên đã xảy ra tai nạn.
찌엑 쎄 더 돋 니엔 땅 똡 넨 다 싸이 자 따이 난
저 차가 갑자기 속력을 내는 바람에 사고가 났어요.

□ chân ga 쩐 가 n. 액셀러레이터, 가속 페달
  □ đạp chân ga 답 쩐 가 v. 액셀을 밟다

□ dừng xe 증 쎄 v. 정지하다

□ khởi động 커이 동 v. 제동을 걸다

□ phanh 파잉 n. 브레이크
  □ đạp phanh 답 파잉 v. 브레이크를 밟다

□ nắp ca pô 납 까 뽀 n. 보닛

Hương mở nắp ca pô để kiểm tra động cơ xe.
흐엉 머 납 까 뽀 데 끼엠 짜 동 꺼 쎄
흐엉은 엔진을 확인하려고 보닛을 열었어요.

□ cốp xe 꼽 쎄 n. 트렁크

□ đèn pha trước 덴 파 쯔억 n. 전조등, 헤드라이트
□ đèn xi nhan 덴 씨 냔 n. 방향 지시등
□ đèn dự phòng 덴 즈 펑 n. (자동차의) 비상등

□ còi 꺼이 n. 경적

Anh không được phép bóp còi.
아잉 콩 드억 팹 법 꺼이
경적을 울리면 안 돼요.

□ gương chiếu hậu trong xe 그엉 찌에우 허우 쩡 쎄 n. 룸미러
□ gương chiếu hậu hai bên 그엉 찌에우 허우 하이 벤 n. 사이드 미러

□ cần gạt kính xe 껀 갇 낑 쎄 n. 와이퍼

□ cái giảm xóc 까이 잠 썹 n. 범퍼

□ số đăng ký ô tô 쏘 당 끼 오 또 n. 자동차 등록번호

□ biển số xe 비엔 쏘 쎄 n. 번호판

□ lốp xe 롭 쎄 n. 타이어
□ bánh xe 바잉 쎄 n. 바퀴
□ lốp dự phòng 롭 즈 펑 n. 스페어타이어

□ thủng 퉁 a. 터지다, 펑크 나다

Lốp xe bị thủng rồi.
롭 쎄 비 퉁 조이
타이어가 펑크 났어요.

□ luật giao thông đường bộ 루얻 자오 통 드엉 보 n. 도로교통법

□ vi phạm 브이 팜 n. 위반

□ tiền phạt 띠엔 팓 n. 벌금

□ gọi điện thoại trong lúc lái xe 거이 디엔 토아이 쩡 룩 라이 쎄 운전 중 통화

Tôi bị phạt vì gọi điện thoại trong lúc lái xe.
또이 비 팓 브이 거이 디엔 토아이 쩡 룩 라이 쎄
운전 중 전화를 하다가 벌금을 부과받았어요.

□ uống rượu bia khi tham gia giao thông 우옹 지에우 비아 키 탐 자 자오 통 음주 운전

□ biển báo giao thông 비엔 바오 자오 통 n. 교통 표지판

□ biển chỉ đường 비엔 찌 드엉 n. (도로) 표지판

□ biển cảnh báo 비엔 까잉 바오 n. 경고 표지판

□ đường một chiều 드엉 몯 찌에우 n. 일방통행

□ đường hai chiều 드엉 하이 찌에우 n. 양방통행

□ đường vòng 드엉 벙 n. 순환도로

□ đèn tín hiệu 덴 띤 히에우 n. 신호등

Mất điện khiến cho đèn tín hiệu cũng bị tắt.
먿 디엔 키엔 쩌 덴 띤 히에우 꿍 비 딷
정전이 돼서 신호등까지 꺼졌어요.

□ vạch cho người đi bộ sang đường 바익 쩌 응으어이 디 보 쌍 드엉 n. 횡단보도

□ chỗ giao với tàu hỏa 쪼 자오 버이 따우 호아 n. 건널목

□ tốc độ 똡 도 n. 속도

□ vi phạm tốc độ 브이 팜 똡 도 속도위반

□ tốc độ quy định 똡 도 뀌 딩 n. 규정 속도, 제한 속도

Xin hãy tuân thủ tốc độ quy định.
씬 하이 뚜언 투 똡 도 뀌 딩
규정 속도를 지키세요.

□ nhanh 냐잉 a. 빠르다

□ chậm 쩜 a. 느리다

□ người lái xe 응으어이 라이 쌔 n. 운전자

□ người đi bộ 응으어이 디 보 n. 보행자

□ đổ xăng 도 쌍 v. 주유하다
- □ trạm đổ xăng 짬 도 쌍 n. 주유소
- □ xăng 쌍 n. 휘발유, 가솔린
- □ dầu 저우 n. 경유, 디젤
- □ khí thiên nhiên 키 티엔 니엔 n. 천연가스

□ lít 릳 n. 리터

Một lít xăng giá bao nhiêu?
몯 릳 쌍 자 바오 니에우?
리터당 기름값이 얼마죠?

□ lượng 르엉 n. 양

□ rửa xe 즈어 쌔 v. 세차하다
- □ bãi rửa xe 바이 즈어 쌔 n. 세차장
- □ đánh bóng 다잉 벙 v. 왁스로 닦다

□ đỗ xe 도 쌔 v. 주차하다
- □ bãi đỗ xe 바이 도 쌔 n. 주차장
- □ bãi đỗ xe do nhà nước quản lý 바이 도 쌔 저 냐 느억 꾸안 리 n. 공영 주차장

□ bãi đỗ xe miễn phí 바이 도 쎄 미엔 피 n. 무료 주차장

□ bãi đỗ xe thu phí 바이 도 쎄 투 피 n. 유료 주차장

Xe máy đỗ ở đâu ạ?
쎄 마이 도 어 더우 아?
오토바이는 어디에 주차할 수 있나요?

□ cấm đỗ xe 껌 도 쎄 v. 주차 금지하다

□ giao thông phức tạp 자오 통 픅 땁 교통이 혼잡하다

□ ùn tắc giao thông 운 딱 자오 통 교통이 지체되다

Tình trạng ùn tắc giao thông rất nghiêm trọng vào giờ cao điểm.
띵 짱 운 딱 자오 통 전 응이엠 쩡 바오 저 까오 디엠
출퇴근 시간에는 교통 체증이 심해요.

□ chỗ quay đầu xe 쪼 꾸아이 더우 쎄 n. 유(U)턴

□ rẽ trái 제 짜이 v. 좌회전하다

□ rẽ phải 제 파이 v. 우회전하다

□ giấy phép lái xe 저이 팹 라이 쎄 n. 운전면허증

□ thi bằng lái xe 티 방 라이 쎄 운전면허시험을 치다

□ đường 드엉 n. 도로

□ đường cao tốc 드엉 까오 똡 n. 고속도로

Xe máy không được phép đi trên đường cao tốc.
쎄 마이 콩 드억 팹 디 쪤 드엉 까오 똡
고속도로에는 오토바이가 다닐 수 없어요.

□ vỉa hè 비아 헤 n. 인도

□ vạch giữa hai làn đường 바익 즈아 하이 란 드엉 n. 중앙선

□ nơi giao nhau 너이 자오 냐우 n. 교차로

□ lề đường 레 드엉 n. 갓길

□ gờ giảm tốc 거 잠 똡 n. 과속방지턱

□ đường hầm 드엉 험 n. 터널
  □ ra khỏi đường hầm 자 커이 드엉 험 터널을 빠져나오다

□ cảnh sát giao thông 까잉 쌋 자오 통 n. 교통경찰

21. 교통 위반

꼭! 써먹는 **실전 회화**

Cảnh sát giao thông Xin mời anh xuất trình giấy phép lái xe.
씬 머이 아잉 쑤얻 찡 저이 팹 라이 쎄
운전면허증 좀 보여 주세요.

Việt Tôi đã vượt quá tốc độ quy định ạ?
또이 다 브얻 꾸아 똡 도 꾸이 딩 아?
제가 너무 과속했나요?

Cảnh sát giao thông Không phải. Nhưng anh đã vượt đèn đỏ.
콩 파이. 니응 아잉 다 브얻 덴 더
아닙니다. 하지만 빨간불 신호를 그냥 지나치셨네요.

Việt Tôi xin lỗi. Vậy tiền phạt là bao nhiêu ạ?
또이 씬 로이. 버이 띠엔 팓 라 바오 니에우 아?
죄송합니다. 그러면 벌금이 있나요?

Cảnh sát giao thông Vâng. Anh phải nộp phạt một chút ạ.
벙. 아잉 파이 놉 팓 몯 쭏 아
네. 약간의 벌금이 있어요.

Bài 22.

숙박 Nhà trọ 냐 쩌

□ nhà trọ 냐 쩌 n. 숙박 시설

□ phòng trọ 펑 쩌 n. 숙소

□ khách sạn 카익 싼 n. 호텔

□ trọ 쩌 v. 묵다

□ ở trọ 어 쩌 v. 숙박하다

□ thuê phòng 투에 펑 v. 방을 잡다

□ nhận phòng 년 펑
v. 체크인하다

□ trả phòng 짜 펑
v. 체크아웃하다

□ phòng đôi 펑 도이
n. 더블룸

□ phòng đơn 펑 던
n. 싱글룸

□ quầy lễ tân 꾸어이 레 떤
n. 접수대

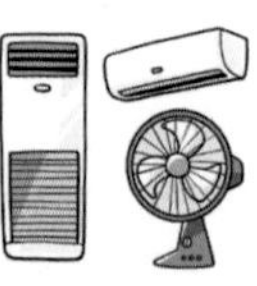

□ máy lạnh 마이 라잉
n. 냉방, 냉방 시설

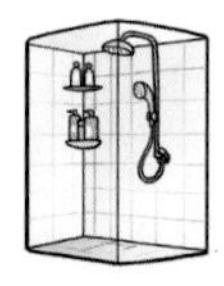

□ phòng tắm 펑 땀
n. 샤워실

□ phòng vệ sinh 펑 베 씽
n. 화장실

□ phòng giặt 펑 잗
n. 세탁실

□ nhà ăn 냐 안
n. 식당

□ dịch vụ phòng 직 부 펑
n. 룸서비스

□ két sắt 껟 싿 n. 금고

□ két sắt cá nhân 껟 싿 까 년
개인 금고

□ sạch sẽ 싸익 쎄 a. 깨끗하다, 청결하다

□ ngăn nắp 응안 납 a. 정돈되다

□ thoải mái 토아이 마이 a. 편안하다

□ bẩn 번 a. 불결하다

□ bừa bộn 브어 본 a. 지저분하다

□ khó chịu 커 찌우 a. 불편하다

□ ban công 반 꽁 n. 발코니

□ sân thượng 썬 트엉 n. 테라스

□ giá cả 자 까 n. 가격, 요금

□ phụ phí 푸 피 n. 추가 요금

□ đặt phòng 닫 펑
v. 숙소를 예약하다

□ nhà khách 냐 카익
n. 게스트하우스

□ trọ ở nhà dân 쩌 어 냐 전
v. 민박하다

□ cái dù 까이 주 n. 파라솔

□ bể bơi 베 버이 n. 수영장

□ trả 짜 v. (비용을) 치르다

□ 1 đêm 몯 뎀 n. 1박

□ tiền phòng 띠엔 펑
= tiền thuê phòng 띠엔 투에 펑
n. 숙박료

□ hủy đặt phòng 후이 닫 펑
v. 방 예약을 취소하다

□ hướng nhìn ra biển
흐엉 닌 자 비엔
바다 전망

□ hướng nhìn vào thành phố
흐엉 닌 바오 타잉 포
시내 전망

□ ga trải giường
가 짜이 즈엉
n. 침대 시트

□ chăn 짠 n. 이불

□ cái chăn mỏng
까이 짠 멍 n. 담요

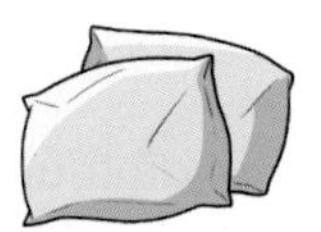

□ gối 고이
n. 베개

□ khăn tắm 칸 땀
n. 수건, 타월

□ bàn chải đánh răng 반 짜이 다잉 장
n. 칫솔

□ kem đánh răng
껨 다잉 장
n. 치약

□ dầu gội đầu
저우 고이 더우 n. 샴푸

□ dầu xả 저우 싸 n. 린스

□ lược 르억
n. 빗

□ máy sấy tóc
마이 써이 떱
n. 드라이어

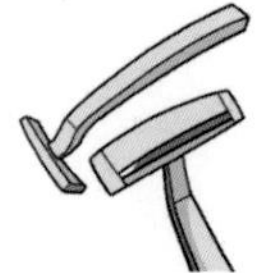

□ dao cạo râu
자오 까오 저우
n. 면도기

□ giấy vệ sinh
저이 베 씽
n. 화장지, 휴지

□ giấy ăn 저이 안
n. 티슈, 곽티슈

□ trọ 쩌 v. 묵다

□ ở trọ 어 쩌 v. 숙박하다

□ thuê phòng 투에 펑 v. 방을 잡다

Tôi đã thuê phòng cho vợ con ở khách sạn.
또이 다 투에 펑 쩌 버 껀 어 카익 싼
아내와 아이를 위해 호텔 방을 잡았어요.

□ nhà trọ 냐 쩌 n. 숙박 시설

□ phòng trọ 펑 쩌 n. 숙소

□ khách sạn 카익 싼 n. 호텔

Cuối cùng tôi đã đặt khách sạn ở Sa Pa.
꾸오이 꿍 또이 다 닫 카익 싼 어 싸 빠
드디어 사파에서 묵을 호텔을 예약했어요.

tip. 사파는 베트남 북서부 고산지대에 위치한 지역으로 산악 경관이 아름다운 곳으로 유명합니다. 12개 소수 민족들이 거주하고 있어 사파에서는 여러 소수 민족들도 만날 수 있습니다.

□ quầy lễ tân 꾸어이 레 떤 n. 접수대

Quầy lễ tân mở đến mấy giờ ạ?
꾸어이 레 떤 머 덴 머이 저 아?
접수대는 몇 시까지 열려 있나요?

□ nhận phòng 년 펑 v. 체크인하다

□ trả phòng 짜 펑 v. 체크아웃하다

□ phòng đôi 펑 도이 n. 더블룸

□ phòng đơn 펑 던 n. 싱글룸

□ phòng cao cấp 펑 까오 껍 n. 스위트룸

Tôi đã đặt toàn phòng đơn.
또이 다 닫 또안 펑 던
싱글룸은 이미 전부 예약되었습니다.

□ số phòng 쏘 펑 n. 방 호수

□ phàn nàn 판 난 v. 불평하다

□ trang thiết bị 짱 티엔 비 n. 장비, 시설

- □ máy lạnh 마이 라잉 n. 냉방, 냉방 시설
- □ thiết bị sưởi 티엔 비 쓰어이 n. 난방 시설
- □ hệ thống thông gió 헤 통 통 저 n. 환기, 환기 시설
- □ điều hòa nhiệt độ 디에우 호아 니엔 도 n. 에어컨
- □ quạt máy 꾸앋 마이 n. 선풍기
- □ quạt sưởi 꾸앋 쓰어이 n. 온풍기

Máy lạnh phòng tôi không được tốt.
마이 라잉 펑 또이 콩 드억 똗
저희 방 냉방이 잘 안돼요.

tip. 베트남은 겨울이 짧아서 한국의 보일러와 같은 난방 시설을 따로 갖춘 집은 많지 않습니다. 보통 온풍기를 사용하거나 에어컨의 온풍 기능을 사용합니다.

□ nhân viên lễ tân 년 비엔 레 떤 접수대 안내원

□ nhân viên phụ trách phòng 년 비엔 푸 짜익 펑 프런트 담당자

□ nhân viên tạp vụ 년 비엔 땁 부 하우스키퍼, 객실 담당 직원

Nhân viên tạp vụ phụ trách việc dọn dẹp phòng trong khách sạn.
년 비엔 땁 부 푸 짜익 비엑 전 젭 펑 쩡 카익 싼
하우스키퍼는 호텔 방들을 청소하고 정리하는 일을 담당합니다.

□ nhân viên khuân vác hành lý 년 비엔 쿠언 박 하잉 리 n. 벨보이, 수하물 담당 직원

□ phòng tắm 펑 땀 n. 샤워실

□ phòng vệ sinh 펑 베 씽 n. 화장실

□ phòng giặt 펑 잗 n. 세탁실

□ nhà ăn 냐 안 n. 식당

□ dịch vụ phòng 직 부 펑 n. 룸서비스

□ két sắt 껫 쌋 n. 금고

□ két sắt cá nhân 껫 쌋 까 년 개인 금고

□ quầy bar mi ni 꾸어이 바 미 니 미니바

□ sử dụng 쓰 중 v. ~을 이용하다

Anh đã sử dụng quầy bar mi ni ạ?
아잉 다 쓰 중 꾸어이 바 미 니 아?
미니바를 이용하셨습니까?

□ sạch sẽ 싸익 쎄 a. 깨끗하다, 청결하다

□ ngăn nắp 응안 납 a. 정돈되다

Mặc dù hơi mất thời gian nhưng tôi đã tìm được khách sạn sạch sẽ rồi.
막 주 허이 먿 터이 잔 니응 또이 다 띰 드억 카익 싼 싸익 쎄 조이
좀 오래되었지만 깨끗한 호텔을 찾았어요.

□ bừa bộn 브어 본 a. 지저분하다

□ bẩn 번 a. 불결하다

□ thoải mái 토아이 마이 a. 편안하다

□ khó chịu 커 찌우 a. 불편하다

□ ban công 반 꽁 n. 발코니

□ sân thượng 썬 트엉 n. 테라스

□ hướng nhìn 흐엉 닌 n. 전망

□ hướng nhìn ra biển 흐엉 닌 자 비엔 바다 전망

□ hướng nhìn vào thành phố 흐엉 닌 바오 타잉 포 시내 전망

Cho tôi phòng có hướng nhìn ra biển.
쩌 또이 펑 꺼 흐엉 닌 자 비엔
바다 전망으로 방 하나 부탁드립니다.

□ cái dù 까이 주 n. 파라솔

□ bể bơi 베 버이 n. 수영장

□ bể bơi trong nhà 베 버이 쩡 냐 실내 수영장

□ bể bơi ngoài trời 베 버이 응오아이 쩌이 야외 수영장

Bể bơi ngoài trời có thể sử dụng đến mấy giờ ạ?
베 버이 응오아이 쩌이 꺼 테 쓰 중 덴 머이 저 아?
야외 수영장은 몇 시까지 사용할 수 있나요?

□ giá cả 자 까 n. 가격, 요금

□ giá chưa khuyến mại 자 쯔어 쿠이엔 마이 n. 전액 요금(할인되지 않은 요금)

□ giá khuyến mại 자 쿠이엔 마이 n. 할인 요금

□ phụ phí 푸 피 n. 추가 요금

□ thuế 투에 n. 세금, 세액

Phụ phí sử dụng điện thoại quốc tế là bao nhiêu?
푸 피 쓰 중 디엔 토아이 꾸옥 떼 라 바오 니에우?
국제 전화 사용에 대한 추가 요금은 얼마인가요?

□ tiền phòng 띠엔 펑 n. 숙박료
= tiền thuê phòng 띠엔 투에 펑

□ trả 짜 v. (비용을) 치르다

Cho tôi trả tiền thuê phòng.
쩌 또이 짜 띠엔 투에 펑
숙박 요금을 치를게요.

□ 1 đêm 몯 뎀 n. 1박

Tôi định đi du lịch 3 ngày 2 đêm.
또이 딩 디 주 릭 바 응아이 하이 뎀
2박 3일 여행 예정이에요.

□ mùa cao điểm 무어 까오 디엠 n. 성수기
= mùa nhiều việc 무어 니에우 비엑

□ mùa vắng khách 무어 방 카익 n. 비수기
= mùa ít việc 무어 잇 비엑

□ lưu trú 르우 쭈 v. 체류하다
= ở 어
□ ở lại 어 라이 v. 머물다

Anh định ở trong bao lâu?
아잉 딩 어 쩡 바오 러우?
얼마 동안 체류할 예정이신가요?

□ chuỗi khách sạn 쭈오이 카익 싼 n. 체인 호텔
□ khách sạn cao cấp 카익 싼 까오 껍 n. 특급 호텔
□ nhà trọ thanh niên 냐 쩌 타잉 니엔 n. 유스호스텔
□ nhà khách 냐 카익 n. 게스트하우스

Có lẽ chúng ta nên đặt nhà khách thì tốt hơn.
꺼 레 쭝 따 넨 닫 냐 카익 티 똗 헌
게스트하우스를 예약하는 게 나을 것 같아요.

□ trọ ở nhà dân 쩌 어 냐 전 v. 민박하다

Chúng tôi đã trọ ở nhà dân khi đi du lịch Hà Giang.
쭝 또이 다 쩌 어 냐 전 키 디 주 릭 하 장
하장에 여행 갈 때 민박했어요.

□ đặt phòng 닫 펑 v. 숙소를 예약하다

□ hủy 후이 v. 취소하다
□ hủy đặt phòng 후이 닫 펑 v. 방 예약을 취소하다

□ ga trải giường 가 짜이 즈엉 n. 침대 시트

□ chăn 짠 n. 이불

□ chăn mỏng 짠 멍 n. 담요

□ gối 고이 n. 베개

□ khăn tắm 칸 땀 n. 수건, 타월

□ dầu gội đầu 저우 고이 더우 n. 샴푸
　□ dầu xả 저우 싸 n. 린스

□ bàn chải đánh răng 반 짜이 다잉 장 n. 칫솔
　□ kem đánh răng 껨 다잉 장 n. 치약

□ lược 르억 n. 빗

□ máy sấy tóc 마이 써이 떱 n. 드라이어

□ dao cạo râu 자오 까오 저우 n. 면도기

□ giấy vệ sinh 저이 베 씽 n. 화장지, 휴지
　□ giấy ăn 저이 안 n. 티슈, 곽티슈

22. 숙소 예약

꼭! 써먹는 **실전 회화**

Linh Anh đã đặt phòng chưa?
아잉 다 닫 펑 쯔어?
숙소는 예약했어?

Việt Chưa. Anh vẫn chưa tìm được khách sạn ưng ý.
쯔어. 아잉 번 쯔어 띰 드억 카익 싼 응 이
아직 맘에 드는 호텔을 찾지 못했어.

Linh Anh thử đọc các bình luận về từng khách sạn trên in tơ nét xem.
아잉 트 덥 깍 빙 루언 베 뜽 카익 싼 쩬 인 떠 넫 쎔
인터넷으로 각 호텔에 대한 후기를 읽어 보고 선택해.

Việt Ý kiến hay đấy.
이 끼엔 하이 더이
그거 좋은 생각이야.

Bài 23.

관광 Du lịch 주 릭

□ du lịch 주 릭
v. 관광하다

□ khách du lịch 카익 주 릭
n. 관광객

□ quầy hướng dẫn du lịch
꾸어이 흐엉 전 주 릭 n. 관광 안내소

□ điểm du lịch 디엠 주 릭
n. 관광지

□ hướng dẫn 흐엉 전
v. 안내하다

□ hướng dẫn viên 흐엉 전 비엔
n. 가이드

□ bản đồ 반 도
n. 지도

□ kế hoạch 께 호아익
n. 계획

□ Vịnh Hạ Long 빙 하 렁
n. 하롱베이

□ chùa 쭈어
n. 사원, 절

□ tòa nhà 또아 냐
n. 건물

□ di tích 지 띡
n. 유적지

□ cảnh vật 까잉 벋
n. 경치

□ phong cảnh 펑 까잉
n. 풍경

□ viện bảo tàng 비엔 바오 땅
n. 박물관

□ buổi triển lãm 부오이 찌엔 람
n. 전시회

□ mở cửa 머 끄아 v. 개장하다

□ đóng cửa 덩 끄아 v. 폐장하다

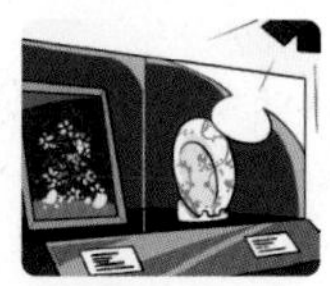

□ tác phẩm 딱 펌
n. 작품

□ vườn bách thú 브언 바익 투
n. 동물원

□ vườn bách thảo 브언 바익 타오
n. 식물원

□ công viên vui chơi
꽁 비엔 부이 쩌이 n. 놀이공원

□ công viên 꽁 비엔
n. 공원

□ chuyến du lịch 쭈이엔 주 릭
n. 여행

□ lộ trình du lịch 로 찡 주 릭
n. 여행 코스

□ du lịch trọn gói 주 릭 쩐 거이
n. 패키지여행

□ chương trình thăm quan
쯔엉 찡 탐 꾸안
n. 투어 프로그램

□ du lịch tự do 주 릭 뜨 저
n. 배낭여행

□ thú vui ăn uống 투 부이 안 우옹
n. 식도락

□ cá nhân 까 년
n. 개인

□ đoàn 도안
= tập thể 떱 테
n. 단체

□ thành phố 타잉 포
n. 도시

□ nông thôn 농 톤
n. 시골, 농촌

□ núi 누이
n. 산

□ suối 쑤오이
n. 계곡

□ sông 쏭
n. 강

□ hồ 호
n. 호수

□ biển 비엔
n. 바다

□ bờ biển 버 비엔
n. 해변

□ phố 포 n. 길, 거리

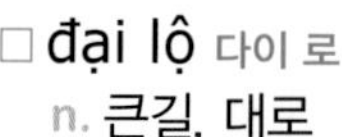

□ đại lộ 다이 로
n. 큰길, 대로

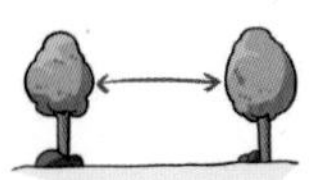

□ khoảng cách
코앙 까익
n. 거리, 간격

□ quà 꾸아
= quà tặng 꾸아 땅
n. 선물

□ đồ lưu niệm
도 르우 니엠
n. 기념품

□ chụp ảnh 쭙 아잉
v. 사진을 찍다

□ tự chụp ảnh
뜨 쭙 아잉
v. 셀카를 찍다

□ du lịch 주 릭 v. 관광하다

□ quầy hướng dẫn du lịch 꾸어이 흐엉 전 주 릭 n. 관광 안내소

□ hướng dẫn 흐엉 전 v. 안내하다

□ hướng dẫn viên 흐엉 전 비엔 n. 가이드

□ kế hoạch 께 호아익 n. 계획

□ bản đồ 반 도 n. 지도

Tôi có thể lấy một cái bản đồ hướng dẫn du lịch được không?
또이 꺼 테 러이 몯 까이 반 도 흐엉 전 주 릭 드억 콩?
관광 안내 지도 한 장 받을 수 있을까요?

□ khách du lịch 카익 주 릭 n. 관광객

□ điểm du lịch 디엠 주 릭 n. 관광지

□ Vịnh Hạ Long 빙 하 렁 n. 하롱베이

□ Hồ Hoàn Kiếm 호 호안 끼엠 n. 호안끼엠 호수

□ Chùa Một Cột 쭈어 몯 꼳 n. 일주사

tip. 일주사는 '한 개의 기둥이 있는 절'이라는 뜻으로 독특한 건축미로 유명합니다. 위에서 내려다 보면 연꽃 모양처럼 보입니다.

□ Văn Miếu 반 미에우 n. 문묘

tip. 문묘는 공자와 Chu Văn An 쭈 반 안라는 베트남의 최초 유교학자이자 저명한 스승을 섬기는 곳입니다. 문묘 안에 Quốc Tử Giám 꾸옥 뜨 잠이라는 건축물이 있는데, 옛날 과거에 합격한 학생들에게 유교를 가르치는 곳으로 사용돼 베트남 최초의 대학교로 불리기도 합니다.

□ bia tưởng niệm 비아 뜨엉 니엠 n. 기념비

□ tòa nhà 또아 냐 n. 건물

□ chùa 쭈어 n. 사원, 절

Khi đến chùa tôi cảm thấy tâm hồn bình an.
키 덴 쭈어 또이 깜 터이 떰 혼 빙 안.
사원에 가면 마음이 안정되는 것 같아요.

□ thành 탕 n. 성

□ nhà thờ 냐 터 n. 성당

Nhà thờ Đức bà ở thành phố Hồ Chí Minh là một địa điểm du lịch được yêu thích.
냐 터 득 바 어 타잉 포 호 찌 밍 라 몯 디아 디엠 주 릭 드억 이에우 틱
호찌민에 있는 노트르담 성당은 인기 있는 관광지입니다.

□ cảnh vật 까잉 벋 n. 경치

□ phong cảnh 펑 까잉 n. 풍경

□ di tích 지 띡 n. 유적지

□ viện bảo tàng 비엔 바오 땅 n. 박물관

□ Viện bảo tàng lịch sử Việt Nam 비엔 바오 땅 릭 쓰 비엗 남
베트남 역사박물관

□ mở cửa 머 끄아 v. 개장하다

□ đóng cửa 덩 끄아 v. 폐장하다

Giờ mở cửa Bảo tàng Quân đội là mấy giờ?
저 머 끄아 바오 땅 꾸언 도이 라 머이 저?
전쟁 박물관 개장 시간이 어떻게 되지요?

□ buổi triển lãm 부오이 찌엔 람 n. 전시회

□ tác phẩm 딱 펌 n. 작품

□ hoàng cung 호앙 꿍 n. 왕궁

□ vua 부어 n. 왕

□ hoàng hậu 호앙 허우 n. 왕후

□ hoàng tử 호앙 뜨 n. 왕자

□ công chúa 꽁 쭈어 n. 공주

□ quảng trường 꾸앙 쯔엉 n. 광장

□ công viên 꽁 비엔 n. 공원

□ vườn bách thú 브언 바익 투 n. 동물원

□ vườn bách thảo 브언 바익 타오 n. 식물원

□ công viên vui chơi 꽁 비엔 부이 쩌이 n. 놀이공원

□ công viên nước 꽁 비엔 느억 n. 워터파크

Công viên nổi tiếng nhất thành phố Hồ Chí Minh nằm ở đâu?
꽁 비엔 노이 띠엥 녇 타잉 포 호 찌 밍 남 어 더우?
호찌민에서 가장 유명한 공원은 어디인가요?

□ đến thăm 덴 탐 v. 방문하다

□ thăm quan 탐 꾸안 v. 관람하다

□ nổi tiếng 노이 띠엥 a. 유명하다

□ ấn tượng 언 뜨엉 a. 인상적인

Tác phẩm của anh ấy ấn tượng nhất buổi triển lãm này.
딱 펌 꿔 아잉 어이 언 뜨엉 녇 부오이 찌엔 람 나이
그의 작품이 이 전시회에서 가장 인상적이에요.

□ trang nghiêm 짱 응이엠 a. 장엄한

□ mang giá trị lịch sử 망 자 찌 릭 쓰 a. 역사적인

□ mang giá trị văn hoá 망 자 찌 반 호아 a. 문화적인

□ mang tính thương mại 망 띵 트엉 마이 a. 상업적인

□ chương trình thăm quan 쯔엉 찡 탐 꾸안 n. 투어 프로그램

□ tham gia 탐 자 v. 참여하다

Tôi không muốn tham gia chương trình thăm quan vì nó mang tính thương mại quá.
또이 콩 무온 탐 자 쯔엉 찡 탐 꾸안 브이 너 망 띵 트엉 마이 꾸아
전 투어 프로그램은 너무 상업적이어서 참여하고 싶지 않아요.

□ chuyến du lịch 쭈이엔 주 릭 n. 여행

□ du lịch trọn gói 주 릭 쩐 거이 n. 패키지여행

□ du lịch tự do 주 릭 뜨 저 n. 배낭여행

□ thú vui ăn uống 투 부이 안 우옹 n. 식도락

□ cá nhân 까 년 n. 개인

□ đoàn 도안 n. 단체
= tập thể 떱 테

Các đoàn muốn thăm quan viện bảo tàng thì phải đăng ký trước.
깍 도안 무온 탐 꾸안 비엔 바오 땅 티 파이 당 끼 쯔억
단체로 박물관에 방문하려면 예약이 필수입니다.

□ hành trình 하잉 찡 n. 여정

□ lộ trình du lịch 로 찡 주 릭 n. 여행 코스

□ ngân sách 응언 싸익 n. 예산

□ khu vực 쿠 븍 n. 지역

□ thành phố 타잉 포 n. 도시

Huế là thành phố vừa mang giá trị lịch sử vừa mang giá trị văn hóa.
후에 라 타잉 포 브아 망 자 찌 릭 쓰 브아 망 자 찌 반 호아
후에는 역사적이면서 문화적인 도시예요.

□ nông thôn 농 톤 n. 시골, 농촌

□ núi 누이 n. 산

□ suối 쑤오이 n. 계곡

□ sông 쏭 n. 강

□ hồ 호 n. 호수

Hồ Hoàn Kiếm là nơi được người dân Hà Nội vô cùng yêu mến.
호 호안 끼엠 라 너이 드억 응으어이 전 하 노이 보 꿍 이에우 멘
호안끼엠 호수는 하노이 시민들에게 사랑받는 곳이에요.

□ biển 비엔 n. 바다

□ bờ biển 버 비엔 n. 해변

□ vào 바오 v. 입장하다

□ đi vào 디 바오 v. 들어가다

□ lối vào 로이 바오 n. 입구

□ vé vào cửa 베 바오 끄아 n. 입장권

□ phí vào cửa 피 바오 끄아 n. 입장료

Phí vào cửa Bảo tàng Mỹ thuật là bao nhiêu ạ?
피 바오 끄아 바오 땅 미 투얻 라 바오 니에우 아?
미술관 입장료가 얼마죠?

□ đi ra 디 자 v. 나가다

□ lối ra 로이 자 n. 출구

□ lên kế hoạch 렌 께 호아익 v. 계획을 세우다

□ điểm đến 디엠 덴 n. 목적지

□ địa điểm du lịch 디아 디엠 주 릭 n. 여행지

Tôi sẽ chọn địa điểm du lịch phù hợp với ngân sách.
또이 쎄 쩐 디아 디엠 주 릭 푸 헙 버이 응언 싸익
예산에 맞춰 여행지를 정할 거예요.

□ phố 포 n. 길, 거리

□ đại lộ 다이 로 n. 큰길, 대로

□ khoảng cách 코앙 까익 n. 거리, 간격

□ chụp ảnh 쭙 아잉 v. 사진을 찍다

□ tự chụp ảnh 뜨 쭙 아잉 v. 셀카를 찍다

□ kỷ niệm 끼 니엠 n. 추억, 기념

□ đồ lưu niệm 도 르우 니엠 n. 기념품

  □ móc chìa khóa 멉 찌아 코아 n. 열쇠고리

□ quà 꾸아 n. 선물

  = quà tặng 꾸아 땅

□ bưu thiếp 브우 티엡 n. 엽서

□ đặc sản địa phương 닥 싼 디아 프엉 n. 지역 특산물

□ đại sứ quán 다이 쓰 꾸안 n. 대사관

□ visa 브이 자 n. 비자

  = thị thực 티 특

□ hộ chiếu 호 찌에우 n. 여권

꼭! 써먹는 **실전 회화**

23. 여행

Việt Anh sẽ đi du lịch đến Đà Nẵng.
아잉 쎄 디 주 릭 덴 다 낭
난 다낭으로 여행 갈 거야.

Linh Anh sẽ làm gì trong chuyến du lịch?
아잉 쎄 람 지 쩡 쭈이엔 주 릭?
여행에서 뭘 할거야?

Việt Anh sẽ đi thăm quan bãi biển, núi Ngũ Hành Sơn và ăn đặc sản của Đà Nẵng.
아잉 쎄 디 탐 꾸안 바이 비엔, 누이 응우 하잉 썬 바 안 닥 싼 꿔 다 낭
난 바닷가와 응우 하잉 썬 산을 구경하고 특산물을 먹어 볼 거야.

Linh Anh nhớ phải ăn hải sản Đà Nẵng nhé. Ngon và rẻ lắm.
아잉 녀 파이 안 하이 싼 다 낭 냬. 응언 바 제 람
다낭의 해산물을 꼭 먹고 와. 맛있고 싸거든.

Bài 24.

사건&사고 Tai nạn và Sự cố 따이 난 바 쓰 꼬

□ bị thương 비 트엉
v. 다치다

□ đau 다우
a. 아프다

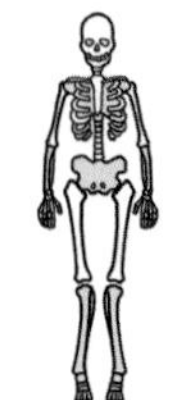

□ xương 쓰엉 n. 뼈

□ gãy 가이 v. 부러지다

□ gãy xương 가이 쓰엉
v. 뼈가 부러지다

□ máu 마우 n. 피

□ chảy máu 짜이 마우 v. 피 흘리다

□ cầm máu 껌 마우 v. 지혈하다

□ bị cứa 비 끄아
v. (날카로운 물건에) 베이다

□ bỏng 벙 n. 화상

□ bị bỏng 비 벙 v. 데다

□ bị tê cóng 비 떼 껑
= bị tê buốt 비 떼 부옫
v. 동상(추위에 살갗이 어는)

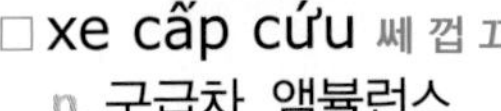

□ xe cấp cứu 쎄 껍 끄우
n. 구급차, 앰뷸런스

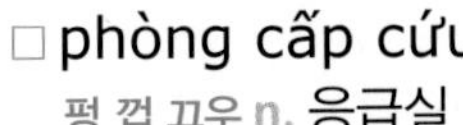

□ phòng cấp cứu
펑 껍 끄우 n. 응급실

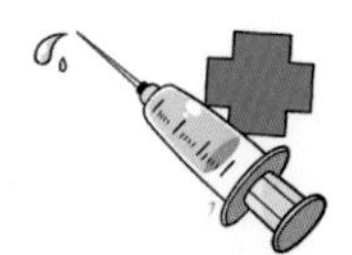

□ xử lý cấp cứu
쓰 리 껍 끄우
v. 응급 조치하다

□ băng 방
n. 붕대

□ hộp cấp cứu
헙 껍 끄우
n. 구급 상자

□ ngừng tim 응 띰
n. 심장마비

□ lên cơn 렌 껀
v. 발작하다

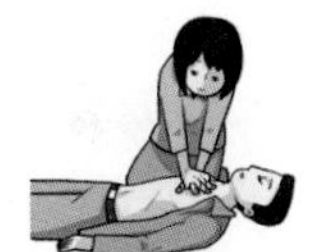

□ hồi sinh tim phổi
호이 씽 띰 포이
v. 심폐소생술하다

□ ngột ngạt 응옫 응앋
a. 답답하다, 숨쉬기 힘들다

□ ngạt thở 응앋 터
v. 숨이 막히다

□ ngất 응얻
v. 기절하다, 실신하다

□ dìu 지우
v. 부축하다

□ cảnh sát 까잉 싿
n. 경찰

□ đồn cảnh sát 돈 까잉 싿
n. 경찰서

□ khai báo 카이 바오
v. 신고하다

□ tội phạm 또이 팜
n. 범죄, 범죄자

□ ăn trộm 안 쫌 v. 훔치다

□ trộm cắp 쫌 깝 v. 도둑질하다

□ cướp 끄업
v. 강도질하다

□ móc túi 멉 뚜이
v. 소매치기하다

□ lừa đảo 르어 다오 v. 사기치다

□ kẻ lừa đảo 께 르어 다오 n. 사기꾼

□ người chứng kiến
응으어이 쯩 끼엔 n. 목격자

□ sự cố 쓰 꼬
= tai nạn 따이 난
n. 사고

□ tai nạn giao thông 따이 난 자오 통
n. 교통사고

□ tai nạn va quệt 따이 난 바 꾸엣
n. 접촉 사고

□ va chạm 바 짬 v. 충돌하다

□ va đập 바 덥 v. 부딪히다

□ xe kéo 쎄 께오
n. 견인차

□ hỏa hoạn 호아 호안
= cháy 짜이
n. 화재

□ nổ 노
n. 폭발

□ trạm cứu hỏa 짬 끄우 호아
n. 소방서

□ xe cứu hỏa 쎄 끄우 호아
n. 소방차

□ bị thương 비 트엉 v. 다치다

Bạn tôi bị thương rất nặng.
반 또이 비 트엉 전 낭
친구가 심하게 다쳤어요.

□ bị ngã 비 응아 v. 넘어지다

□ đau 다우 a. 아프다

□ xương 쓰엉 n. 뼈

□ gãy 가이 v. 부러지다

□ gãy xương 가이 쓰엉 v. 뼈가 부러지다

Gãy cổ tay là tai nạn gãy xương phổ biến nhất.
거이 꼬 따이 라 따이 난 거이 쓰엉 포 비엔 녇
손목 골절은 가장 흔한 골절입니다.

□ bỏng 벙 n. 화상

□ bị bỏng 비 벙 v. 데다

Dương bị bỏng do chạm vào ấm nước khi đang đun nước sôi.
즈엉 비 벙 저 짬 바오 엄 느억 키 당 둔 느억 쏘이
즈엉은 물을 끓이다가 주전자에 데었어요.

□ bị tê cóng 비 떼 껑 v. 동상(추위에 살갗이 어는)
= bị tê buốt 비 떼 부옫

□ bị cứa 비 끄아 v. (날카로운 물건에) 베이다

□ bị đâm 비 덤 v. 찔리다

□ máu 마우 n. 피
□ chảy máu 짜이 마우 v. 피 흘리다
□ cầm máu 껌 마우 v. 지혈하다

□ băng 방 n. 붕대

□ thạch cao 타익 까오 n. 깁스, 석고 붕대

Anh ấy bó bột chân trái từ hôm qua.
아잉 어이 버 벋 쩐 짜이 뜨 홈 꾸아
그는 어제부터 왼쪽 다리에 깁스를 하고 있어요.

□ bình tĩnh 빙 띵 a. 침착하다

□ cấp cứu 껍 끄우 v. 응급 치료하다

tip. 베트남에서 응급 상황이 발생했을 땐 아래의 번호로 전화하면 됩니다.
– 경찰서: 113, 소방서: 114, 구급차: 115

□ khẩn cấp 컨 껍 a. 긴급하다

□ cứu hộ 끄우 호 v. 구조하다
□ xử lý cấp cứu 쓰 리 껍 끄우 v. 응급 조치하다
□ hộp cấp cứu 헙 껍 끄우 n. 구급 상자

□ xe cấp cứu 쌔 껍 끄우 n. 구급차, 앰뷸런스

Bây giờ xe cấp cứu đang tới.
버이 저 쌔 껍 끄우 당 떠이
지금 구급차가 오고 있어요.

□ phòng cấp cứu 펑 껍 끄우 n. 응급실

□ lên cơn 렌 껀 v. 발작하다

□ ngừng tim 응 띰 n. 심장마비

□ hồi sinh tim phổi 호이 씽 띰 포이 v. 심폐소생술하다

□ ngột ngạt 응옫 응안 a. 답답하다, 숨쉬기 힘들다

□ ngạt thở 응안 터 v. 숨이 막히다

□ ngất 응엇 v. 기절하다, 실신하다

□ dìu 지우 v. 부축하다

□ chữa 쯔어 v. 치료하다

□ làm cho trấn tĩnh 람 쩌 쩐 띵 v. 진정시키다

□ hồi phục 호이 푹 v. 회복하다
= khỏi 커이

Mẹ tôi đã khỏi ung thư dạ dày.
메 또이 다 커이 웅 트 자 자이
저희 어머니는 위암에서 회복되셨어요.

□ điều trị 디에우 찌 v. 치유하다

□ cảnh sát 까잉 쌋 n. 경찰

□ đồn cảnh sát 돈 까잉 쌋 n. 경찰서

□ khai báo 카이 바오 v. 신고하다

Để khai báo tội phạm xin vui lòng gọi điện thoại tới số 113.
데 카이 바오 또이 팜 씬 부이 렁 거이 디엔 토아이 떠이 쏘 몯 몯 바
범죄 신고는 113번으로 전화하세요.

□ tội phạm 또이 팜 n. 범죄, 범죄자
□ phạm tội 팜 또이 v. 범죄를 저지르다

□ ăn trộm 안 쫌 v. 훔치다

□ trộm cắp 쫌 깝 v. 도둑질하다

□ nạn trộm cướp 난 쫌 끄업 n. 도난

□ cướp 끄업 v. 강도질하다

□ móc túi 먹 뚜이 v. 소매치기하다

Tôi đã bị móc túi trên xe buýt.
또이 다 비 먹 뚜이 쩬 쎄 부잍
버스에서 소매치기를 당했어요.

□ lừa đảo 르어 다오 v. 사기치다

□ kẻ lừa đảo 께 르어 다오 n. 사기꾼

Dạo gần đây, lừa đảo qua in-tơ-nét và điện thoại rất nhiều.
자오 건 더이, 르어 다오 꾸아 인 떠 넫 바 디엔 토아이 젇 니에우
요즘은 인터넷과 전화 사기도 많아요.

□ giết người 지엗 응으어이 v. 살인하다

□ tội phạm giết người 또이 팜 지엗 응으어이 n. 살인범

□ nhân chứng 년 쯩 n. 증인

□ người chứng kiến 응으어이 쯩 끼엔 n. 목격자

□ mất 먿 v. 분실하다

= thất lạc 텉 락

□ mất tích 먿 띡 v. 실종되다

□ đánh mất 다잉 먿 v. 잃어버리다

= lạc mất 락 먿

Tôi đã bị lạc mất con rồi!
또이 다 비 락 먿 껀 조이!
아이를 잃어버렸어요!

□ trẻ lạc 쩨 락 n. 미아

□ đồ bị mất 도 비 먿 n. 분실물

= đồ thất lạc 도 텉 락

□ phòng bảo quản đồ thất lạc 펑 바오 꾸안 도 텉 락 n. 분실물 보관소

□ sự cố 쓰 꼬 n. 사고

= tai nạn 따이 난

□ tai nạn giao thông 따이 난 자오 통 n. 교통사고

□ tai nạn va quệt 따이 난 바 꾸엣 n. 접촉 사고

□ va chạm 바 짬 v. 충돌하다

□ va đập 바 덥 v. 부딪히다

Đã có một sự cố va chạm với xe máy.
다 꺼 몯 쓰 꼬 바 짬 버이 쎄 마이
오토바이 충돌 사고가 있었어요.

□ trượt 쯔엇 v. 미끄러지다

□ xe kéo 쎄 께오 n. 견인차

□ vượt 브엇 v. 추월하다

□ vượt quá tốc độ 브엇 꾸아 똡 도 과속

Một vụ tai nạn giao thông nghiêm trọng đã xảy ra do vượt quá tốc độ.
몯 부 따이 난 자오 통 응이엠 쩡 다 싸이 자 저 브엇 꾸아 똡 도
과속으로 심각한 교통사고가 발생했어요.

□ bỏ trốn 버 쫀 v. 뺑소니치다

□ bảo hiểm 바오 히엠 n. 보험

□ chết đuối 쩻 두오이 n. 익사

□ nhân viên cứu hộ 년 비엔 끄우 호 n. 구조원

□ nhân viên đảm bảo an toàn 년 비엔 담 바오 안 또안 n. 안전 요원

□ hỏa hoạn 호아 호안 n. 화재

= cháy 짜이

□ nổ 노 n. 폭발

□ xe cứu hỏa 쎄 끄우 호아 n. 소방차

□ trạm cứu hỏa 짬 끄우 호아 n. 소방서

Cạnh nhà chúng tôi có một trạm cứu hỏa.
까잉 냐 쭝 또이 꺼 몯 짬 끄우 호아
우리 집 건물 옆에 소방서가 있어요.

□ thiên tai 티엔 따이 n. 자연재해

□ lở núi 러 누이 n. 산사태

□ động đất 동 덛 n. 지진

□ sóng thần 썽 턴 n. 해일

24. 미아 신고

꼭! 써먹는 **실전 회화**

Hoa Xin hãy giúp tôi với! Tôi bị lạc mất con rồi.
씬 하이 즙 또이 버이! 또이 비 락 먿 껀 조이
도와주세요! 아이를 잃어버렸어요.

Cảnh sát Chị có thể cho biết hình dáng, trang phục của cháu được không?
찌 꺼 테 쩌 비엗 힝 장, 짱 푹 꿔 짜우 드억 콩?
아이의 인상착의를 알려 주시겠어요?

Hoa Con tôi là bé trai, cháu mặc áo đỏ, quần xanh.
껀 또이 라 베 짜이, 짜우 막 아오 더, 꾸언 싸잉
저희 아이는 빨간색 웃옷에 파란색 바지를 입은 남자아이예요.

Cảnh sát Xin chị đừng quá lo lắng.
Chúng tôi sẽ sớm tim thấy cháu bé cho chị.
씬 찌 등 꾸아 러 랑. 쭝 또이 쎄 썸 띰 터이 짜우 베 쩌 찌
어머니 염려 마세요, 곧 아이를 찾을 수 있을 겁니다.

※ cảnh sát 까잉 싿 경찰관

연습 문제

다음 단어를 읽고 맞는 뜻과 연결하세요.

1. biển •	• 관광하다
2. chuyến du lịch •	• 기차
3. du lịch •	• 바다
4. khách sạn •	• 범죄
5. máy bay •	• 비행기
6. núi •	• 사고
7. ô tô •	• 산
8. sự cố •	• 여행
9. tàu điện ngầm •	• 오토바이
10. tàu hỏa •	• 자동차
11. tội phạm •	• 지하철
12. xe máy •	• 호텔

1. biển – 바다 2. chuyến du lịch – 여행 3. du lịch – 관광하다
4. khách sạn – 호텔 5. máy bay – 비행기 6. núi – 산 7. ô tô – 자동차
8. sự cố – 사고 9. tàu điện ngầm – 지하철 10. tàu hỏa – 기차
11. tội phạm – 범죄 11. xe máy – 오토바이

Chương 7

기타

숫자 Số 쏘

□ không 콩	0	□ mười sáu 므어이 싸우	16
□ một 몯	1	□ mười bảy 므어이 바이	17
□ hai 하이	2	□ mười tám 므어이 땀	18
□ ba 바	3	□ mười chín 므어이 찐	19
□ bốn 본	4	□ hai mươi 하이 므어이	20
□ năm 남	5	□ hai mươi mốt 하이 므어이 몯	21
□ sáu 싸우	6	□ hai mươi lăm 하이 므어이 람	25
□ bảy 바이	7	□ ba mươi 바 므어이	30
□ tám 땀	8	□ ba mươi mốt 바 므어이 몯	31
□ chín 찐	9	□ ba mươi lăm 바 므어이 람	35
□ mười 므어이	10	□ bốn mươi 본 므어이	40
□ mười một 므어이 몯	11	□ năm mươi 남 므어이	50
□ mười hai 므어이 하이	12	□ sáu mươi 싸우 므어이	60
□ mười ba 므어이 바	13	□ bảy mươi 바이 므어이	70
□ mười bốn 므어이 본	14	□ tám mươi 땀 므어이	80
□ mười lăm 므어이 람	15	□ chín mươi 찐 므어이	90

tip. 숫자 15, 25, 35…의 경우 năm 남이 아닌 lăm 람이 붙으며,
25, 35…의 경우 lăm 람 외에 nhăm 냠도 사용합니다.

- **15** mười **lăm** 므어이 람
- **25** hai mươi **lăm** 하이 므어이 람, hai mươi **nhăm** 하이 므어이 냠
- **35** ba mươi **lăm** 바 므어이 람, ba mươi **nhăm** 바 므어이 냠

tip. 11은 10을 뜻하는 mười 므어이에 1인 một 몯이 그대로 붙어 mười một이지만,
21, 31…의 1은 성조가 다른 thanh sắc 타잉 싹의 mốt 몯이 붙습니다.
21 이상 99 이하는 mươi 므어이를 생략하기도 합니다.

- **11** mười m**ộ**t 므어이 몯
- **21** hai mươi m**ố**t 하이 므어이 몯, hai m**ố**t 하이 몯
- **31** ba mươi m**ố**t 바 므어이 몯, ba m**ố**t 바 몯

□ một trăm 몯 짬	100	백
□ một nghìn 몯 응인 = một ngàn 몯 응안	1.000	천
□ mười ngàn 므어이 응안	10.000	만
□ một trăm ngàn 몯 짬 응안	100.000	십만
□ một triệu 몯 찌에우	1.000.000	백만
□ mười triệu 므어이 찌에우	10.000.000	천만
□ một trăm triệu 몯 짬 찌에우	100.000.000	억
□ một tỷ 몯 띠	1.000.000.000	십억

□ không phẩy không một 콩 퍼이 콩 몯	0,01	0.01
□ không phẩy một 콩 퍼이 몯	0,1	0.1
□ không phẩy hai lăm 콩 퍼이 하이 람	0,25	0.25
□ không phẩy bốn 콩 퍼이 본	0,4	0.4

tip. 숫자 표기법 : 베트남은 숫자를 표기할 때 세 자리마다 마침표(.)를 사용하고,
소수점을 나타낼 때는 쉼표(,)를 사용합니다.

- 한국 : **10,000**
  0.1
- 베트남 : **10.000** mười ngàn 므어이 응안
  0,1 không phẩy một 콩 퍼이 몯

□ thứ nhất 트 녓 1번째

□ thứ nhì 트 니 2번째
= thứ hai 트 하이

□ thứ ba 트 바 3번째

□ thứ tư 트 뜨 4번째

□ thứ năm 트 남 5번째

□ thứ sáu 트 싸우 6번째

□ thứ bảy 트 바이 7번째

□ thứ tám 트 땀 8번째

□ thứ chín 트 찐 9번째

□ thứ mười 트 므어이 10번째

⋮

□ thứ một trăm 트 몯 짬 100번째

tip. 베트남은 '첫 번째'를 뜻하는 thứ nhất 트 녓과 '네 번째'를 뜻하는 thứ tư 트 뜨를 제외하고는 서수가 따로 구분되어 있지 않고, 숫자 앞에 thứ 트를 붙이면 '~ 번째'를 뜻하게 됩니다. '두 번째'의 경우는 thứ hai 트 하이와 thứ nhì 트 니라는 두 가지 방식을 모두 사용합니다.

베트남 화폐(VND, đồng) Tiền Việt Nam 띠엔 비엗 남 (동)

□ 1.000 đồng
몯 응안 동, 몯 응인 동
천 동

□ 2.000 đồng
하이 응안 동
2천 동

□ 5.000 đồng
남 응안 동
5천 동

□ 10.000 đồng
므어이 응안 동
만 동

□ 20.000 đồng
하이 므어이 응안 동
2만 동

□ 50.000 đồng
남 므어이 응안 동
5만 동

□ 100.000 đồng
몯 짬 응안 동
십만 동

□ 200.000 đồng
하이 짬 응안 동
2십만 동

□ 500.000 đồng
남 짬 응안 동
5십만 동

모양 Hình dạng 힝 장

□ chấm 쩜
n. 점

□ đường 드엉
n. 선

□ mặt phẳng 맏 팡
n. 면

□ đường thẳng 드엉 탕
n. 직선

□ đường cong 드엉 껑
n. 곡선

□ hình lập thể 힝 럽 테
n. 입체

□ đường chéo 드엉 쩨오
n. 사선

□ hình tròn 힝 쩐
n. 원, 원형

□ hình ê líp 힝 에 립
n. 타원형

□ hình bán nguyệt
힝 반 응위엔 n. 반원

□ tròn 쩐
a. 둥글다

□ hình cầu 힝 꺼우
n. 구

□ hình nón 힝 넌
n. 원뿔

□ hình tam giác
힝 땀 작 n. 삼각형
□ hình vuông 힝 부옹
n. 정사각형
□ hình chữ nhật
힝 쯔 녇 n. 직사각형
□ hình ngũ giác
힝 응우 작 n. 오각형
□ hình lục giác
힝 룩 작 n. 육각형
□ hình hộp chữ nhật
힝 홉 쯔 녇 n. 육면체
□ hình thất giác
힝 텃 작 n. 칠각형
□ hình bát giác
힝 받 작 n. 팔각형
□ hình đa giác
힝 다 작 n. 다각형
□ bằng phẳng 방 팡
a. 평평하다
□ song song 썽 썽
n. 수평
□ vuông góc 부옹 겁
n. 수직
□ nhọn 년
a. 뾰족하다
□ hình sao 힝 싸오
n. 별 모양
□ hình mũi tên
힝 무이 뗀 n. 화살표 모양

색깔 Màu sắc 마우 싹

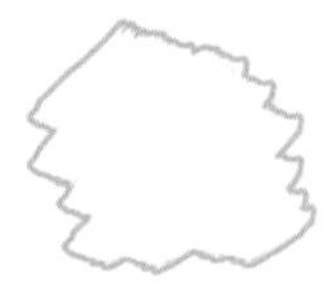

□ màu trắng 마우 짱
n. 흰색

□ màu đen 마우 덴
n. 검정색

□ màu xám 마우 쌈
n. 회색

□ màu đỏ 마우 더
n. 빨간색

□ màu da cam
마우 자 깜 n. 주황색

□ màu vàng 마우 방
n. 노란색

□ màu xanh nõn chuối 마우 싸잉 넌 쭈오이
n. 연두색

□ màu xanh lá cây
마우 싸잉 라 꺼이
n. 초록색

□ màu xanh da trời
마우 싸잉 자 쩌이 n. 하늘색

□ màu xanh nước biển 마우 싸잉 느억 비엔
n. 파란색

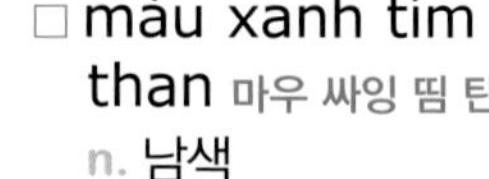

□ màu xanh tím than 마우 싸잉 띰 탄
n. 남색

□ màu tím 마우 띰
n. 보라색

□ màu tím nhạt
마우 띰 녇 n. 연보라색

□ màu hồng 마우 홍
n. 분홍색

□ màu mận chín
마우 먼 찐 n. 자주색

□ màu nâu 마우 너우
n. 갈색

□ màu ka ki 마우 까 끼
n. 카키색

□ màu vàng ánh kim
마우 방 아잉 낌 n. 금색

□ màu bạc 마우 박
n. 은색

□ đậm 덤
a. 짙다

□ tối 또이
a. 어둡다

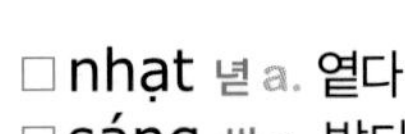

□ nhạt 냗 a. 옅다
□ sáng 쌍 a. 밝다

□ 7 sắc cầu vồng
바이 싹 꺼우 봉 a. 무지갯빛

□ nhiều màu
니에우 마우 a. 여러 색의

□ một màu 몯 마우
a. 단색의

위치 Vị trí 브이 찌

□ trên 쩬
ad. 위에

□ trước 쯔억
ad. 앞에

□ dưới 즈어이
ad. 아래에

□ sau 싸우
ad. 뒤에

□ ngoài 응오아이
ad. 밖에

□ trong 쩡
ad. 안에

□ bên cạnh 벤 까잉
ad. 옆에

□ bên trái 벤 짜이
ad. 왼쪽에

□ giữa 즈어 ad. 사이에

□ ở giữa 어 즈어 ad. 가운데에

□ bên phải 벤 파이
ad. 오른쪽에

□ đối diện 도이 지엔
ad. 맞은편에

□ về phía 베 피아 ~쪽으로

□ hướng về 흐엉 베 ~을 향하여

방향 Phương hướng 프엉 흐엉

□ phía bắc 피아 박
n. 북쪽

□ phía tây bắc
피아 떠이 박
n. 북서쪽

□ phía đông bắc
피아 동 박
n. 북동쪽

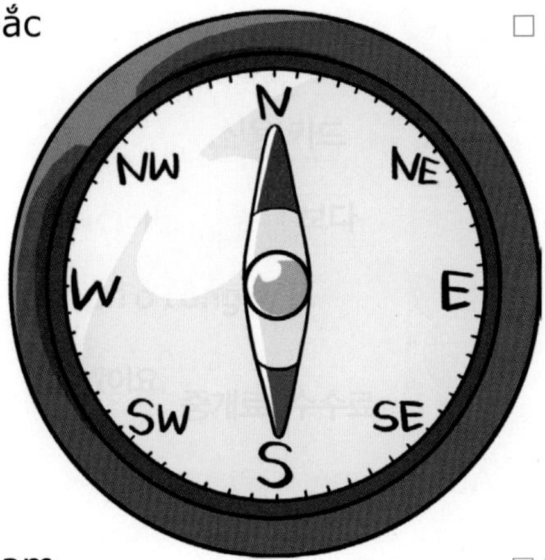

□ phía tây
피아 떠이
n. 서쪽

□ phía đông
피아 동 n. 동쪽

□ phía tây nam
피아 떠이 남
n. 남서쪽

□ phía đông nam
피아 동 남
n. 남동쪽

□ phía nam 피아 남
n. 남쪽

지도 Bản đồ 반 도

① Châu Âu 쩌우 어우 n. 유럽

② Trung Đông 쭝 동 n. 중동

③ Châu Phi 쩌우 피 n. 아프리카

④ Châu Á 쩌우 아 n. 아시아

⑤ Châu Đại Dương 쩌우 다이 즈엉 n. 오세아니아

⑥ Bắc Mỹ 박 미 n. 북아메리카

⑦ Trung Mỹ 쭝 미 n. 중앙아메리카

⑧ Nam Mỹ 남 미 n. 남아메리카

⑨ Bắc Cực 박 끅 n. 북극

⑩ Nam Cực 남 끅 n. 남극

① Thái Bình Dương 타이 빙 즈엉 n. 태평양

② Ấn Độ Dương 언 도 즈엉 n. 인도양

③ Đại Tây Dương 다이 떠이 즈엉 n. 대서양

④ Biển Bắc Cực 비엔 박 끅 n. 북극해

⑤ Biển Nam Cực 비엔 남 끅 n. 남극해

⑥ Địa Trung Hải 디아 쭝 하아 n. 지중해

국가 Quốc gia 꾸옥 자

□ Châu Á 쩌우 아 n. 아시아

□ Hàn Quốc 한 꾸옥 n. 한국
- □ người Hàn Quốc 응으어이 한 꾸옥 n. 한국인
- □ tiếng Hàn Quốc 띠엥 한 꾸옥 n. 한국어

tip. 나라 이름 앞에 '사람'을 뜻하는 người 응으어이를 붙이면 그 나라 사람을 뜻하는 말이 되고, '말'을 뜻하는 tiếng 띠엥을 붙이면 그 나라 언어를 뜻하는 말이 됩니다.
경우에 따라 나라 이름을 약어로 표현하기도 합니다.
- tiếng Hàn Quốc 띠엥 한 꾸옥, tiếng Hàn 띠엥 한 한국어
- tiếng Việt Nam 띠엥 비엔 남, tiếng Việt 띠엥 비엔 베트남어

□ Việt Nam 비엔 남 n. 베트남
- □ người Việt Nam 응으어이 비엔 남 n. 베트남 사람
- □ tiếng Việt Nam 띠엥 비엔 남 n. 베트남어

□ Trung Quốc 쭝 꾸옥 n. 중국
- □ người Trung Quốc 응으어이 쭝 꾸옥 n. 중국인
- □ tiếng Trung Quốc 띠엥 쭝 꾸옥 n. 중국어

□ Nhật Bản 녇 반 n. 일본
- □ người Nhật Bản 응으어이 녇 반 n. 일본인
- □ tiếng Nhật Bản 띠엥 녇 반 n. 일본어

□ Thái Lan 타이 란 n. 태국

□ Cam pu chia 깜 뿌 찌아 n. 캄보디아

□ Lào 라오 n. 라오스

□ Mi an ma 미 안 마 n. 미얀마

□ Ma lai si a 마 라이 씨 아 n. 말레이시아

□ In đô nê si a 인 도 네 씨 아 n. 인도네시아

□ Sing ga po 씽 가 뻐 n. 싱가포르

□ Ấn Độ 언 도 n. 인도

□ Nê Pan 네 빤 n. 네팔

□ Phi Líp Pin 피 립 삔 n. 필리핀

□ Đài Loan 다이 로안 n. 타이완

□ Pakistan 빠 끼 스 딴 n. 파키스탄

□ Uzbekistan 우 저 베 끼 스 딴 n. 우즈베키스탄

□ Kazakh-stan 까 작 스 딴 n. 카자흐스탄

□ Trung Đông 쭝 동 n. 중동

□ Ả rập xê út 아 럽 쎄 웉 n. 사우디아라비아

□ I ran 이 란 n. 이란

□ Thổ Nhĩ Kỳ 토 니 끼 n. 튀르키예

□ Châu Đại Dương 쩌우 다이 즈엉 n. 오세아니아

□ Úc 욱 n. 호주

□ Niu Di Lân 뉴 지 런 n. 뉴질랜드

□ Bắc Mỹ 박 미 n. 북아메리카

□ Hoa Kỳ 호아 끼 n. 미국
= Mỹ 미

□ Ca na đa 까 나 다 n. 캐나다

□ Trung Mỹ 쭝 미 n. 중앙아메리카

□ Mê xi cô 메 씨 꼬 n. 멕시코

□ Goa tê ma la 과 떼 마 라 n. 과테말라

□ Honduras 혼 두 랃 n. 온두라스

□ Nam Mỹ 남 미 n. 남아메리카

□ Ác hen ti na 악 헨 띠 나 n. 아르헨티나

□ Braxin 버 라 씬 n. 브라질

□ Chi Lê 찌 레 n. 칠레

□ Pêru 뻬 루 n. 페루

□ Paraguay 빠 라 고아이 n. 파라과이

□ Châu Âu 쩌우 어우 n. 유럽

□ Anh 아잉 n. 영국

  □ tiếng Anh 띠엥 아잉 n. 영어

□ Đức 득 n. 독일

  □ tiếng Đức 띠엥 득 n. 독일어

□ Pháp 팝 n. 프랑스

  □ tiếng Pháp 띠엥 팝 n. 프랑스어

□ Tây Ban Nha 떠이 반 냐 n. 스페인

□ Ai len 아이 랜 n. 아일랜드

□ Thụy Sỹ 투이 씨 n. 스위스

□ Áo 아오 n. 오스트리아

□ Bỉ 비 n. 벨기에

□ Bồ Đào Nha 보 다오 냐 n. 포르투갈

□ Hi Lạp 히 랍 n. 그리스

□ Ý 이 n. 이탈리아

□ Hà Lan 하 란 n. 네덜란드

□ Đan Mạch 단 마익 n. 덴마크

□ Na Uy 나 위 n. 노르웨이

□ Thụy Điển 투이 디엔 n. 스웨덴

□ Phần Lan 펀 란 n. 핀란드

□ Séc 쎅 n. 체코

□ Ukraina 우 끄 라이 나 n. 우크라이나

□ Nga 응아 n. 러시아

□ Châu Phi 쩌우 피 n. 아프리카

□ Ma rốc 마 롭 n. 모로코

□ An giê ri 안 제 리 n. 알제리

□ Ai Cập 아이 껍 n. 이집트

□ Cộng Hòa Nam Phi 꽁 호아 남 피 n. 남아프리카 공화국

□ Ca mơ run 까 머 룬 n. 카메룬

□ Công gô 꽁 고 n. 콩고

접속사 & 전치사 & 부사

Quan hệ từ, giới từ, phó từ 꾸안 헤 뜨, 저이 뜨, 퍼 뜨

1. 접속사 Quan hệ từ 꾸안 헤 뜨

□ và 바 그리고, ~과

□ nhưng 니응 그러나, 하지만

= nhưng mà 니응 마 ~이지만

Trời nắng nhưng không nóng.
쩌이 낭 니응 콩 넝
햇빛은 쨍쨍하지만 덥지 않아요.

□ vì 브이 ~때문에, ~니까

= bởi vì 버이 브이

Bố thưởng cho tôi một chiếc xe đạp vì tôi được điểm tốt.
보 트엉 쩌 또이 몯 찌엑 쎄 답 브이 또이 드억 디엠 똗
좋은 점수를 받아서 아버지가 자전거를 사 주셨어요.

□ nên 넨 그래서

□ để 데 ~위해서

= nhằm 냠

Để không bị lạc hậu so với các nước khác, chúng ta cần phát triển kỷ thuật mới.
데 콩 비 락 허우 써 버이 깍 느억 칵 쭝 따 껀 팓 찌엔 끼 투얻 머이
다른 나라보다 낙후되지 않기 위해서 우리는 새로운 기술을 개발해야 돼요.

□ thế 테 그렇다면

= thì 티

□ còn 껀 그러면, 반면

□ hay 하이 또는

□ nhân dịp 년 집 ~하는 김에

□ bằng 방 ~로써(수단, 방법)

□ nhờ 녀 ~덕분에

□ hơn 헌 ~보다도, ~에 비하여

Hôm nay tôi dậy muộn hơn hôm qua.
홈 나이 또이 저이 무온 헌 험 꾸아
오늘은 어제보다 더 늦게 일어났어요.

□ mãi mới 마이 머이 한참 뒤에

Cô ấy mãi mới đứng dậy được.
꼬 어이 마이 머이 등 저이 드억
그녀는 한참 뒤에 일어났어요.

□ ~cũng được ~꿍 드억 ~해도 괜찮다(상관없다)

Anh về trước cũng được.
아잉 베 쯔억 꿍 드억
먼저 가도 괜찮아요.

□ ~mới được ~머이 드억 ~해야 비로소 가능하다

□ A rồi B 아 조이 베 A 하고 나서 B 해요

□ ~luôn ~루온 바로 ~하다

□ A chứ không B 아 쯔 콩 베 A이지 B가 아니다

□ lại 라이 다시, 또

□ cả A lẫn B 까 아 런 베 A, B 둘 다

Cả mẹ và tôi đều thích đi du lịch.
까 메 바 또이 데우 틱 디 주 릭
저와 제 어머니 모두 여행을 좋아해요.

□ là 라 ~한다고

= rằng 장

Huy nói rằng anh ấy rất buồn.
후이 노이 장 아잉 어이 젓 부온
후이는 그가 매우 슬퍼한다고 했어요.

tip. 타동사의 목적절을 이끄는 접속사입니다. 영어의 that과 비슷하게 사용합니다.

□ vào 바오 ~에(시간, 공간의 표면 위)

□ lúc 룩 (몇 시)~에

□ từ A đến B 뜨 아 덴 베 A에서 B까지(시간, 장소)

□ nếu A thì B 네우 아 티 베 만약에 A하면 B하다

Nếu trời nắng thì chúng ta sẽ đi pic nic.
네우 쩌이 낭 티 쭝 따 쎄 디 삑 닉
해가 나면 우리는 소풍 갈 거예요.

□ giá (mà) A thì B 자 (마) 아 티 베 만약 A라면 B일 텐데

Giá mà mình chăm học thì mình đã không thi trượt.
자 마 밍 짬 헙 티 밍 다 콩 티 쯔엇
내가 공부를 더 열심히 했으면 시험에 떨어지지 않았을 텐데.

tip. 'nếu A thì B'와 비슷하지만 현실에 가능성이 거의 없거나 과거에서 이미 발생한 일을 후회할 때 씁니다.

□ vừa A vừa B 브아 아 브아 베 A하면서 B하다

□ (mặc) dù A nhưng B (막) 주 아 니응 베 비록 A에도 불구하고 B하다

= tuy A nhưng B 뚜이 아 니응 베

Hoa hát hay mặc dù không phải là ca sỹ.
호아 핟 하이 막 주 콩 파이 라 까 씨
호아는 노래를 잘하지만 가수는 아니에요.

Tuy bận nhưng tôi vẫn giúp đỡ mẹ làm việc nhà.
뚜이 번 니응 또이 번 줍 메 람 비엑 냐
바쁘지만 엄마의 집안일을 도와드렸어요.

□ tại vì A nên B 따이 브이 아 넨 베 A때문에 B하다
= bởi vì A nên B 버이 브이 아 넨 베

□ sở dĩ B là vì A 써 지 베 라 브이 아 B는 A하기 때문이다

□ không những A mà còn B 콩 니응 아 마 껀 베 A뿐만 아니라 B까지 하다
= đã A lại còn B 다 아 라이 껀 베

□ càng A càng B 깡 아 깡 베 A 할수록 점점 B하다

□ (A) cách B (아) 까익 베 (A)는 B로부터 떨어져 있다(시간, 거리)

□ được ~(기간) rồi 드억 ~ 조이 ~기간이나 시간이 흘렀다

Tôi đã tới Việt Nam được 2 tháng rồi.
또이 다 떠이 비엗 남 드억 하이 탕 조이
베트남에 온 지 두 달 됐어요.

□ không phải là A mà là B 콩 파이 라 아 마 라 베 A가 아니라 B이다

□ vừa ~ đã 브아 ~ 다 하자마자~ 바로~

Trời vừa hứng sáng, Trang đã đi học.
쩌이 브아 쌍, 짱 다 디 헙
해가 뜨자마자 짱은 바로 학교에 갔어요.

□ đâu ~ đấy 더우 ~ 더이 ~하는 대로
= sao ~ vậy 싸오 ~ 버이

Tôi nghĩ sao, nói vậy.
또이 응이 싸오, 너이 버이
저는 생각한 대로 말했어요.

2. 전치사 Giới từ 저이 뜨

□ bằng 방 ~으로(방법, 수단, 소재 등)

□ với 버이 함께, ~과

= cùng 꿍

= cùng với 꿍 버이

Anh ấy đã chiến đấu với căn bệnh ung thư.
아잉 어이 다 찌엔 더우 버이 깐 베잉 웅 트
그는 암과 싸웠습니다.

□ trong 쩡 ~안에, ~에(위치를 표현하는)

tip. trong, ngoài, trên, dưới, giữa는 행동 주체의 위치와 베트남 사람의 관습에 따라 한국어와 다를 수 있습니다.

□ ngoài 응오아이 ~밖에

□ trên 쩬 ~위에

Tôi thích đi thuyền trên sông.
또이 틱 디 튀엔 쩬 쏭
저는 강 위에서 배를 타는 것을 좋아해요.

□ dưới 즈어이 ~아래에, ~밑에

□ giữa 즈어 ~가운데

□ tại 따이 ~에서

□ của 꿔 ~의

Chiếc đàn này là của tôi.
찌엑 단 나이 라 꿔 또이
이 악기는 제 것입니다.

□ cho 쩌 ~에게

□ về 베 ~에 대해
= đến 덴
= tới 떠이

Quyển sách này nói về cách học ngoại ngữ hiệu quả.
꾸이엔 싸익 나이 너이 베 까익 헙 응오아이 응으 히에우 꾸아
이 책은 외국어를 효과적으로 공부하는 방법에 대해 이야기합니다.

3. 부사 Phó từ 퍼 뜨

□ đã 다 ~했다(과거)

Tôi đã giặt quần áo.
또이 다 잗 꾸언 아오
옷을 빨래했어요.

□ sẽ 쎄 ~할 것이다(미래)

□ đang 당 ~하는 중이다(현재진행)

Mẹ đang nấu cơm.
메 당 너우 껌
엄마가 밥을 하고 계세요.

□ mới 머이 방금 ~하다

Bố mới đi làm về.
보 머이 디 람 베
아빠가 방금 일하러 갔다 왔어요.

□ sắp 쌉 막 ~하려고 하다, 곧

Trời có vẻ sắp mưa.
쩌이 꺼 베 쌉 므아
비가 곧 오려고 해요.

□ định 딩 ~할 예정이다

□ được 드억 ~게 되다

Cuối cùng tôi đã được gặp thần tượng của mình.
꾸오이 꿍 또이 다 갑 드억 턴 뜨엉 꿔 밍 조이
드디어 나의 우상을 만나게 됐어요.

□ nên 넨 ~해야 한다

Anh không nên thức khuya.
아잉 콩 넨 특 쿠이아
밤 새지 마세요.

□ hơn nữa 헌 느아 더구나, 게다가
= ngoài ra 응오아이 자

Tôi còn trẻ, hơn nữa đang đi học nên chưa muốn kết hôn.
또이 껀 쩨, 헌 느아 당 디 헙 넨 쯔어 무온 껟 혼
저는 나이가 어린데다가 학교에 다니고 있어서 아직 결혼 생각은 없어요.

□ rất 젇 아주, 매우
□ lắm 람 매우, 대단히
□ quá 꾸아 너무, 몹시

Món ăn này rất ngon.
먼 안 나이 젇 응언
이 요리는 아주 맛있어요.

Con yêu mẹ lắm.
껀 이에우 메 람
엄마 많이 사랑해요.

tip. rất과 비슷하게 사용하지만 rất은 문장 가운데에, lắm은 문장 끝에 옵니다.

□ thật 텉 진짜로, 정말로

□ cũng 꿍 역시, ~도

Học tiếng Việt cũng khó.
헙 띠엥 비엗 꿍 커
베트남어 공부도 역시 어려워요.

□ không còn 콩 껀 더 이상 ~아니다

Anh ấy không còn là luật sư nữa.
아잉 어이 콩 껀 라 루얻 쓰 느아
그는 더 이상 변호사가 아닙니다.

□ đừng 등 ~하지 말라

Đừng dẫm lên cỏ.
등 점 렌 꺼
잔디밭을 밟지 마세요.

□ qua 꾸아 ~을 통해서

Qua giải thích của anh, tôi đã hiểu.
꾸아 자이 틱 꿔 아잉, 또이 다 히에우
당신의 설명을 통해 이해했어요.

□ đều ~ cả 데우 ~ 까 모두 다

Họ đều đi cả rồi.
허 데우 다 디 까 조이
그들이 모두 다 가 버렸어요.

Bài 34.

종별사

종별사 : 일반 명사 앞에 붙어서 그 명사의 종류나 성격을 구체화하거나 수를 세는 단위로 쓰이는 품사입니다.

□ cái 까이 개(일반적인 물건의 성격을 명확히 해 주거나 세는 단위)

□ cái bàn 까이 반 책상

□ chiếc 찌엑 대(교통수단, 탈것, 기계 등의 성격을 명확히 해 주거나 세는 단위)

□ chiếc tủ lạnh 찌엑 뚜 라잉 냉장고

□ con 껀 마리(동물의 성격을 명확히 해 주거나 세는 단위)

□ con gà 껀 가 닭

□ con dao 껀 자오 칼

□ con sông 껀 쏭 강

tip. con은 주로 '동물'을 나타낼 때 쓰이는 단위지만 예외로 '칼'이나 '강'에도 쓰입니다.

□ quả 꾸아 개(과일의 성격을 명확히 해 주거나 세는 단위)

□ quả táo 꾸아 따오 사과

□ đàn 단 무리, 떼(동물의 무리 등의 성격을 명확히 해 주거나 세는 단위)

□ đàn bò 단 버 소 떼

□ đống 동 더미

□ đống gạch 동 가익 벽돌 더미

□ quyển 꾸엔 권(책, 공책 등의 성격을 명확히 해 주거나 세는 단위)

□ quyển vở 꾸엔 버 공책

□ tờ 떠 장(종이, 신문 등의 성격을 명확히 해 주거나 세는 단위)

□ tờ báo 떠 바오 신문

□ đôi 도이 벌, 켤레(젓가락, 신발 등의 성격을 명확히 해 주거나 세는 단위)

□ đôi giày 도이 자이 신발

□ bộ 보 세트

□ bộ mỹ phẩm 보 미 펌 화장품 세트

□ cặp 깝 쌍, 커플

□ cặp vợ chồng 깝 버 쫑 부부

□ bài 바이 단원, 과

□ bài 34 바이 바 므어이 본 34과

□ hoa 호아 꽃

□ hoa hồng 호아 홍 장미꽃

□ bức 븍 장, 점, 통(그림, 편지, 벽 등의 성격을 명확히 해 주거나 세는 단위)

□ bức tường 븍 뜨엉 벽

tip. 위와 같이 종별사는 명사의 종류와 성격에 따라 맞춰 쓰이며, 숫자와 함께 '숫자+종별사+명사'의 구조일 때는 그 명사의 수를 세는 단위명사로 쓰입니다. 순서에 주의하세요.
이밖에 'cốc 꼽 컵, chai 짜이 병, đĩa 디아 접시'와 같은 음식이나 물건을 담는 도구를 뜻하는 단어들도 단위명사로 쓰입니다.

- 2 cái bàn 하이 까이 반 책상 2개
- 5 con gà 남 껀 가 닭 5마리
- 3 quả táo 바 꾸아 따오 사과 3개
- 2 quyển vở 하이 꾸엔 버 공책 2권
- 1 đôi dép 못 도이 젭 신발 1켤레
- 3 cốc 바 꼽 3컵
- 1 đĩa 못 디아 1접시

Bài 35.

주요 동사 & 시제

1. 주요 동사

□ nói 너이 말하다

  □ nói tiếng Việt 너이 띠엥 비엗 베트남어를 말하다

□ nghe 응에 듣다

  □ nghe nhạc 응에 냑 음악을 듣다

□ đọc 돕 읽다

  □ đọc sách 덥 싸익 책을 읽다

□ viết 비엗 쓰다

  □ viết tiểu thuyết 비엗 띠에우 투이엗 소설을 쓰다

□ đi 디 가다

  □ đi học 디 헙 학교에 가다

□ đến 덴 오다

  □ đến nhà 덴 냐 집에 오다

□ về 베 돌아오다

  □ về quê 베 꾸에 고향으로 돌아오다

□ xem 쌤 보다

  □ xem phim 쌤 핌 영화를 보다

□ ăn 안 먹다

  □ ăn cơm 안 껌 밥을 먹다

□ ngủ 응우 자다

  □ ngủ trưa 응우 쯔어 낮잠을 자다

□ dậy 저이 일어나다
　□ dậy sớm 저이 썸 일찍 일어나다

□ ngồi 응오이 앉다
　□ ngồi học 응오이 헙 앉아서 공부하다

□ đứng 등 서다
　□ đứng một mình 등 몯 밍 혼자 서다

□ nhảy 냐이 뛰다
　□ nhảy dây 냐이 저이 줄넘기를 뛰다

□ ném 넴 던지다
　□ ném bóng 넴 벙 공을 던지다

□ bắt 받 잡다
　□ bắt bóng 받 벙 공을 잡다

□ chơi 쩌이 놀다, (악기를) 다루다
　□ chơi cờ 쩌이 꺼 체스를 두다

□ đóng 덩 닫다
　□ đóng cửa 덩 끄아 문을 닫다

□ mở 머 열다
　□ mở cửa 머 끄아 문을 열다

□ kéo 께오 당기다
　□ kéo cửa 께오 끄아 문을 당기다

□ đẩy 더이 밀다
　□ đẩy cửa 더이 끄아 문을 밀다

2. 시제

베트남어는 시제를 나타낼 때 동사가 변하지 않고 시제 부사(과거부사 đã 다, 현재부사 đang 당, 미래부사 sẽ 쎄)를 동사 앞에 삽입합니다. 하지만 시제 부사 없이 이해할 수 있는 상황에서는 생략해도 됩니다. 이처럼 베트남어는 동사가 형태 변화를 하지 않는 고립어의 특징을 갖습니다.

시제 부사		동사		
		nói 너이	đi 디	đến 덴
		말하다	가다	오다
과거	đã 다	đã nói 다 너이	đã đi 다 디	đã đến 다 덴
	이미 ~했다	말했다	갔다	왔다
현재	đang 당	đang nói 당 너이	đang đi 당 디	đang đến 당 덴
	~중이다	말하고 있다	가고 있다	오고 있다
미래	sẽ 쎄	sẽ nói 쎄 너이	sẽ đi 쎄 디	sẽ đến 쎄 덴
	~할 것이다	말할 것이다	갈 것이다	올 것이다

1. 과거 시제

Tôi **đã** mời khách về nhà. 또이 다 머이 카익 벤 냐
집에 손님을 초대**했어요**.

Hôm qua tôi **đã** thức đêm ôn thi. 홈 꾸아 또이 다 특 뎀 온 티
어제 시험 공부하느라 밤**샜어요**.

Tôi **đã** đỗ xe máy trước nhà. 또이 다 도 쎄 마이 쯔억 냐
저는 오토바이를 집 앞에 주차**했어요**.

2. 현재 시제

Bây giờ ở rạp **đang** chiếu phim gì ạ? 버이 저 어 잡 당 찌에우 핌 지 아?
지금 영화관에서 무슨 영화를 하**고 있나요**?

Tôi **đang** nuôi cá nhiệt đới. 또이 당 누오이 까 니엔 더이
저는 열대어를 키우**고 있어요**.

Cả nhà **đang** xem ti vi trong phòng khách.
까 냐 당 쌤 띠 브이 쩡 펑 카익
온 가족이 거실에서 TV를 보**고 있어요**.

3. 미래 시제

Anh **sẽ** đi du lịch đến Đà Nẵng. 아잉 쎄 디 주 릭 덴 다 낭
난 다낭으로 여행 **갈 거야**.

Ngày mai **sẽ** có bão. 응아이 마이 쎄 꺼 바오
내일 태풍이 **올 거래요**.

Tuần sau tôi **sẽ** đi xem biểu diễn K-pop.
뚜언 싸우 또이 쎄 디 쌤 비에우 지엔 케이 뻡
다음 주에 케이팝 콘서트에 **갈 거예요**.

4. 시제 부사 생략

Hôm qua mình vừa gặp Trung. 홈 꾸아 밍 브아 갑 쭝
어제 쭝 만났어요.

tip. 시제부사 đã 다가 없어도 'hôm qua 홈 꾸아(어제)'라는 단어가 있어서 '과거'에 대한 내용임을 알 수 있습니다.

Trung dạo này thế nào? 쭝 자오 나이 테 나오?
쭝이 요즘 어떻게 지내고 있대요?

tip. 'dạo này 자오 나이(요즘)'라는 단어를 통해 '현재'에 대한 내용임을 알 수 있습니다.

Cậu ấy nói mai đi công tác. 꺼우 어이 너이 마이 디 꽁 딱
그는 내일 출장에 갈 거래요.

tip. 'mai 마이(내일)'라는 단어를 통해 '미래'에 대한 내용임을 알 수 있습니다.

Bao giờ cậu ấy về? 바오 저 꺼우 어이 베?
갔다가 언제 온대요?

tip. 'bao giờ 바오 저(언제)'라는 단어와 대화의 흐름을 통해 '미래'에 대한 내용임을 알 수 있습니다.

1. 알파벳순

A

C

D

E

G

H

I

K

L

M

N

O

P

Q

R

S

T

U

V

W

X

찾아보기

2. 가나다순

ㄱ

ㄷ

ㄹ

ㅁ

ㅂ

ㅇ

ㅋ

ㅍ

ㅎ

기타